# Tìm Về

tập thơ

# TÌM VỀ

thanh huy - trần thanh hựu

Bìa: Uyên Nguyên Trần Triết

Dàn trang: Công Nguyễn

NHÂN ẢNH xuất bản 2023

ISBN: 978-1-0882-2915-6

THANH HUY
TRẦN THANH HỰU

Tập Thơ

# Tìm Về

NHÂN ẢNH
2 0 2 3

# Nhớ Người Yêu

Thơ viết bao nhiêu cũng thấy buồn
Vì người yêu vẫy biệt tôi luôn
Xa thời trong trắng lòng thương nhớ
Đón lúc lòng đong mộng chán chường
Em đến trời xa vui có bạn
Anh về đất lạ khổ giăng đường
Nằm căn gác nhỏ xua hình cũ
Sao thấy tâm hồn cứ vấn vương

Tâm hồn sao mãi vấn cùng vương
Dõi bóng người đi hút dặm đường
Lệ xót rơi thầm khi bão nổi
Tim sầu nhuốm nặng lúc đêm chường
Trăng chong nửa mảnh tình trôi mãi
Duyên đến một lần bóng biệt luôn
Đời có vui gì khi vỡ mộng
Bao nhiêu thơ viết cũng gây buồn.

## TÌNH BAY CAO

Tình nghĩa đôi ta có lúc nào
Nay niềm hạnh phúc đã bay cao
Ấp ôm duyên bạc buồn thân hẩm
Đeo đuổi người xưa rủ phận đào
Đau thấu tim si tâm tính quẩn
Sầu lên cung oán mộng mơ chao
Trách trời xuôi khiến đời gian khổ
Nước mắt yêu thương cứ nhỏ trào.

## CẦU DUYÊN

Em người duyên dáng mắt môi xinh
Mười sáu xuân xanh gợi lắm tình
Công tử bám dai không sợ ngại
Anh hùng mê tít khó làm thinh
Ông tơ xem tuổi dâng trầu hỏi
Bà nguyệt đánh hơi sắm lễ rình
Chẳng biết chọn ai cầu bóng vậy
Vớ chàng thi sĩ thật điều linh.

# Cầu Phật

Duyên đến ơ hờ bởi ỷ xinh
Mắt lơ mày láo chẳng lo tình
Trầu dâng đôi lễ lòng không thuận
Người ghẹo bao lần miệng cứ thinh
Hời hợt xuân đi hoen má chịu
Đìu hiu đông đến thiếu anh rình
Kén chê cũng tội ôm thân lẻ
Cầu Phật cho đời gặp mối linh.

# Tự Nhủ

Yêu cần người giúp nguyện chưa linh
Thôi hãy quên đi chớ tỏ rình
Đeo bóng đèo bòng thêm vướng bận
Ôm mơ huyễn hoặc phải làm thinh
Xuân về kiếm đất hiền an phận
Hạ đến tìm nơi xứng tỏ tình
Đợi lúc đẹp trời dâng lễ khấn
Cùng người yêu dựng mái nhà xinh.

# Buồn Chi Em Ơi

Em buồn chi hãy quý đời hoa
Tuổi mới tròn trăng mộng sáng ra
Bừng dậy niềm tin trong cõi thế
Dưỡng nuôi hy vọng giữa quê nhà
Đừng trào ngấn lệ khi đơn lẻ
Chớ hận duyên thề lúc vắng xa
Tình thử thách tình luôn vững chắc
Xây niềm hạnh phúc của đôi ta.

# Kiếp Hoa

Thương thân thiếu nữ một loài hoa
Thơm ngát vườn hồng cánh tỏa ra
Ong bướm rập rình bay rộn ngõ
Gái trai chen chúc giỡn vang nhà
Hạ gieo duyên thắm lòng vui vẻ
Đông phủ mộng tàn kiếp xót xa
Tình đến huy hoàng rồi chợt tắt
Ôm đời hiu quạnh nhớ người ta.

# Cô Bán Hoa

Có bán tình không cô bán hoa
Cho lòng tôi trải nỗi vui ra
Làm thơ gợi cảm tô hình bóng
Viết chữ yêu em dựng mái nhà
Chân thật nhờ mai xây mối thắm
Vui vầy ra sức nối duyên xa
Lứa đôi sum họp nên chồng vợ
Hạnh phúc đong đầy giữa chúng ta.

# Xứ Đà

Đà Nẵng biển sông nước chảy khơi
Cầu xây lắm dãy vạch ngang trời
Sơn Chà núi ẩn màng sương phủ
Cửa Đại nắng quần bãi cát phơi
Mộc mạc tình dân bồi đắp tổ
Thiêng liêng nghĩa nước dựng xây đời
Cảnh người hoà hợp đan nôi mộng
Sung sướng đong đầy Mẹ Việt ơi.

## Vắng Em

Chỉ một mình ta giữa chốn này
Tình không quê chẳng lạ trời mây
Lá rơi sương phủ ai nào hiểu
Bão nổi thân vùi em có hay
Xuân đến nằm mình nghe gió lộng
Hạ về nhớ bạn chuốc men say
Duyên thề ủ mãi trong tim tím
Ôm mối tơ chùng nát ruột đây

## Tình Vui

Bè bạn vui mong mãi thế nầy
Thả hồn vọng nguyệt giỡn đùa mây
Nối vòng tay lớn xây đời đẹp
Kết sợi tơ hồng dệt mối hay
Sang sảng thơ ngâm vang giọng cảm
Dập dồn đờn gãy động lòng say
Quên đi cõi thế đầy gian khổ
Quên ảo mơ tình xa đó đây

# Tình Em Saigon

Saigon có mưa có nắng
Đẹp tình xuân hạ thu đông
Kỷ niệm ôm dầu cay đắng
Tặng em mai có theo chồng

Saigon muôn hoa đua nở
Đẹp tà áo trắng người thơ
Gác vắng không ta than thở
Ai ru em ngủ tìm mơ

Saigon nhớ đầy nắng mới
Có nhau má thắm môi hồng
Chân đều vai kề qua lối
Buồng tim đập rộn
phập phồng

Saigon ngày đi gió nổi
Ai lùa mái tóc em bay
Một lần gặp rồi cách mỗi
Hai nơi thương nhớ đêm ngày

Saigon chìm trong mưa đổ
Tái tê bóng nhỏ phương trời
Xứ lạ năm canh thức dỗ
Nỗi buồn trống vắng em ơi!

Saigon xa rồi luyến tiếc
Vọng êm tiếng hát bên song
Câu thơ viết nồng thắm thiết
Cách bao thương
cũng một lòng

## NHỚ XƯA

Đông về xứ lạ tuyết bay bay
Thương lắm quê hương gió bão đầy
Nước cuốn nhà tan cây ngả gãy
Người đi kẻ ở bóng rời quay
Thơ buồn mãi viết trên trang giấy
Mộng héo hoài rơi giữa tháng ngày
Vọng tưởng tiếng ru lời Mẹ dạy
Chạnh lòng khắc khoải nhớ xưa thay!

## NGỒI MÌNH

Ngồi mình tiu nghỉu nhớ ai đây
Thiếu bạn tâm tình cụng chén say
Vận số nổi trôi vui chẳng thấy
Nợ nhà lôi kéo khổ nào hay
Tìm thơ thơ lặng khô trang giấy
Kiếm mộng mộng tàn đượm khói mây
Lây lất tuổi đời đong chán ngấy
Biết đâu gởi tạm tấm thân nầy

# LẤY CHỒNG XA

Đường tình lưu lạc biết về đâu
Chân bước liêu xiêu dạ héo rầu
Thân thuộc bạn bè tìm vắng hút
Đói nghèo anh chị sống dài lâu
Mẹ cha nghĩa đáp lo chưa trọn
Chồng vợ duyên mua nghĩ lắm sầu
Sống giữa đất người đời tẻ lạnh
Thương nhìn quê Mẹ khuất ngàn dâu

# CHÚC TẾT VUI

Nơi quê em ở chắc giờ vui
Viết mấy dòng thương gởi đến người
Mừng Tết yên lành xinh ngõ lối
Chúc Xuân tươi thắm đẹp tình đôi
Nắm tay đi giữ thương yêu cội
Gắng sức vượt qua trở ngại đời
Hớn hở bà con chung dự hội
Đoàn viên chào hỏi rộn câu cười

# Buồn Tôi

Cây lặng đừng lay gió gió ơi!
Cái tôi đáng tội chịu lâu rồi
Bơ vơ giữa chợ người không hỏi
Lạc lõng bên đường mưa gió rơi
Le lói ánh đèn soi bóng đợi
Lang thang lối mộng gọi tên người
Thế gian lắm sự nhiều thay đổi
Biết có ai thương sót khổ đời!

# Buồn Chi Em Ơi!

Em buồn chi hãy quý đời hoa
Tuổi mới tròn trăng mộng sáng ra
Bừng dậy niềm tin trong cõi thế
Dưỡng nuôi hy vọng giữa quê nhà
Khoan trào ngấn lệ khi đơn lẻ
Chớ hận duyên thề lúc vắng xa
Tình thử thách tình luôn vững chắc
Trói đời hạnh phúc của đôi ta

# Mình Ta

Rót nữa đi em rượu rót mời
Ta cùng đón gió ngó mây trôi
Thơ ngâm sang sảng chen câu nói
Miệng hát huyên thuyên lẫn tiếng cười
Son sắt ân tình say đắm gởi
Thâm giao bè bạn luyến lưu chơi
Dẫu mai có lỡ đời hai lối
Vẫn giữ yêu thương đẹp giữa đời

# Vào Thu

Mưa rớt tiếng buồn như nhớ ai
Gió thu lành lạnh rít đêm dài
Chong đèn nhìn bóng thương thân chiếc
Thức giấc ôn tình tiếc mộng phai
Trăng lạc nửa vành xa dáng ngọc
Đời chia hai ngã thiếu bờ vai
Sao người đi biệt không quay gót
Lối cũ đây chờ bước vãng lai

# THU

Thu đến mây đen kéo thấp trời
Gió vờn trước ngõ nắng vàng rơi
Phố chiều sương phủ sầu giăng lối
Đường vắng người qua khổ thấm đời
Bước đến rồi đi vui chẳng trọn
Tình xây lại vỡ xót nào vơi
Heo may gió thổi lòng se thắt
Héo hắt thân đơn mộng nửa vời

Thu nai ngơ ngác ngó mây trời
Thu mùa hẹn của lá thu rơi
Thu gieo mơ mộng đầy dương thế
Thu gởi yêu thương khắp cõi đời
Thu giọt nắng vàng soi ngõ sáng
Thu ly rượu ngọt tiễn tình vơi
Thu ngày tựu lớp đông bè bạn
Thu của thơ văn đẹp tuyệt vời

## Ta Mình

Vợ nhẫn chồng lánh phải nằm riêng
Thao thức năm canh nghĩ phát phiền
Nàng ngủ trên giường lơ gọi tiếng
Chàng nằm dưới đất hết đòi tiên
Dỗ người muốn dỗ lời không tiện
Xa đó đành xa dạ khó yên
Ngày ngẩn ngơ ngày hai chẳng hiện
Khi tình đòi hỏi nhủ lòng kiêng

## Nhớ Quê

Lâu chẳng về thăm lại xứ Đà
Hội An ai đến Huế ai ra
Thương yêu làng cũ đau lòng cắt
Lưu luyến ngày xưa túi mắt oà
Chim lượn đen trời vờn phố núi
Người đi chật lối rộn vườn hoa
Nam Ô đất tổ giờ xa lắc
Nhớ lắm quê ơi nhớ đến già

## TÌNH QUÊ

Bao đêm trăng khuyết lại trăng tròn
Mờ tỏ ân tình với nước non
Sông cũ u hoài bờ bến đục
Đường xưa ủ rũ bóng cây thon
Tình xa lại gặp thương vời vợi
Người đến rồi đi nhớ mỏi mòn
Nhìn cảnh quê nhà tươi đậm nét
Như đời vui có bữa cơm ngon

## TÌM VUI

Bạn đến đây vui quả đất tròn
Tình trao đậm giữa nước cùng non
Làm thơ mau lẹ xây đời đẹp
Dệt mộng vuông tròn tặng dáng thon
Gió thổi phố chiều diều đảo nhẹ
Người đi bước lẹ dáng in mòn
Ngày xưa kỷ niệm còn in mãi
Gặp xẻ chia lòng đãi miếng ngon

## Tình Vơ

Thao thức đêm nghe giọng nói cười
Hoà theo lệ nhỏ sáo đàn rơi
Ngân nga tiếng hát lời yêu đẹp
Cay xé nỗi lòng mối lạc vơi
Cuốn quýt thân ngà quanh bước nhảy
Rã rời bóng chiếc giữa đêm trôi
Quen nhau chi để đời ân hận
Người có nhân tình kẻ bỏ chơi

## Tuổi Giờ

Tuổi giờ nhớ lại tuổi đôi mươi
Mặt trẻ trung môi mãi nở cười
Đời thắm lên hương ngời nắng mới
Yêu nồng khởi sắc đậm màu tươi
Đâu ngờ mộng hái mang sầu vội
Nào biết duyên say chịu khổ bời
Người bỏ theo người tôi bối rối
Thả tình lạnh giữa gió mưa trôi

# SAY

Mới gặp rồi xa mộng héo gầy
Ngồi mình rót rượu tự mình say
Say trời đất rộng buồn vây kín
Say nghĩa ân phai nản chất đầy
Say bước chân lê đời bão nổi
Say bờ vai gánh nợ tình bay
Say em bỏ dở câu thề hẹn
Để nhớ hờn ai khổ chốn nầy

Rượu uống lai rai với bạn gầy
Chén thù chén tạc cụng cùng say
Say tìm kỷ niệm khơi lòng tủi
Say tỏ tâm tư chứa mộng đầy
Say đón đêm về xem nguyệt tỏ
Say chờ chiều đến thả diều bay
Say yêu đất tổ lời ru Mẹ
Kể chuyện ngày xưa thỏa dạ nầy

# THƯƠNG

Thương ai lòng héo tự bao giờ
Thương trống tan trường điểm ước mơ
Thương kẻ nổi trôi nằm xứ lạ
Thương em ngự trị khiến tim khờ
Thương câu hát vọng ru tình phụ
Thương chiếc thuyền trôi lạc bến chờ
Thương lá thư tình biên khó gởi
Thương đời hai ngã dứt đường tơ

# NHỚ

Nhớ lúc em đi để khổ giờ
Nhớ tình cha mẹ đẹp như mơ
Nhớ đường đến lớp cây giăng mát
Nhớ buổi vào yêu ý tỏ khờ
Nhớ lắm thầy cô bên dạy dỗ
Nhớ đông bè bạn thiếu trông chờ
Nhớ thời đói khổ ăn cơm độn
Nhớ xứ lạ nằm tiếc mối tơ

## NGƯỜI ĐI

Người đã đi rồi dạt chốn đâu
Để đêm đen lạnh thế nhân sầu
Dấu chân quen thuộc còn in dấu
Câu hát ngọt ngào cứ vọng câu
Nhớ đến ân tình mang áo não
Thương về kỷ niệm khắc bền láu
Em như chiếc bóng trôi mờ ảo
Vội bước sang ngang vỡ nhịp cầu

## YÊU THƯƠNG

Thương tìm bóng cũ bóng về đâu
Hết hẹn người đi gãy nhịp cầu
Hình tặng thơ đề in mộng ảo
Ve kêu phượng nở nhắc tình sầu
Yêu ai lời hứa làm tim não
Nhớ bạn câu thề nhắc ruột đau
Một cõi đi về duyên kiếp đảo
Trung thành lắm cũng xé lòng nhau

# Nhật Ký

Nhật ký ghi mà lòng chẳng vui
Tình trong câu chữ biến tan rồi
Thơ biên nhớ bạn ưng gởi tới
Mộng đắm thương người nhủ phải lui
Nâng chén rượu cay nghe lắm tủi
Hái cơn mơ ảo có đâu bùi
Ta đây xa đó đời trăng trối
Tưởng bóng ôm hình chi khổ tui

# Vắng Em

Lâu rồi cách mặt vắng tin em
Nhớ lắm người ơi lệ thấm rèm
Buồn dở kinh cầu câu khó niệm
Lẹ mua sách ước chữ mờ xem
Câu thơ suôn đọc lòng thương mến
Giọng nói thanh nghe dạ cảm thèm
Thích đó lứa đôi chờ chẳng đến
Để đời chịu lẻ xót từng đêm

# Tình Cô Thôn Nữ

Nắng ửng đồi cao sương sớm tan
Xinh cô thôn nữ dạo non ngàn
Thân choàng áo tím khoe hình dáng
Môi hé nụ hồng nở búp lan
Mắt ngọc long lanh nhìn biển rạn
Tay tiên liến thoắng dạo cung đàn
Tình như vầng nguyệt soi đêm sáng
Hạnh phúc ngập tràn mơ mộng đan

# Cách Xa Quê

Nằm hoài xứ lạ chẳng riêng tôi
Nhớ cảnh quê nhà lắm bạn ơi
Lúa nắng vàng rơi ươm mộng nổi
Biển mòi trắng nổi thả thuyền trôi
Cửa nhà sát vách khu miền nối
Cha mẹ cực mùa mưa gió rơi
Sướng khổ thương cùng xa nghĩ tới
Nói nghe chung tiếng ấm vui đời

# Tìm Vui

Nhiều khi muốn viết chuyện đời vui
Quên cảnh cô đơn gió dập vùi
Câu chẳng suôn vần lời chẳng sáng
Chữ không vừa ý nghĩa không mùi
Đi qua nhìn lại suy chưa đúng
Đọc trước dò sau nghe khó xuôi
Tức quá tắt đèn nằm ráng nghĩ
Óc tìm mắt ngó tối thui thui

# Hạ Buồn

Buồn cơn nắng hạ phủ quanh đây
Chứa chuyện tình sầu ai có hay
Chờ đợi âm thầm đau một thuở
Mến thương vời vợi xót bao ngày
Chung lòng gặt hái đầy bi lụy
Vẹn nghĩa vun trồng lắm đắng cay
Dây nợ ái ân gieo rắc khổ
Em ơi có hiểu nỗi yêu nầy

# Nhớ Quê Nhà

Xứ lạ mông lung lạnh đất trời
Nhìn về đất Việt nhớ thương ơi
Đâu bờ lau uốn khi nồm thổi
Nào bóng chim chuyền lúc nắng rơi
Kẽo kẹt lũy tre kêu vọng lối
Êm đềm giọng mẹ hát ru nôi
Dư âm ngàn thuở còn vang dội
Theo mãi nào quên giữa cuộc đời

# Bóng Tìm Mơ

Trăng tròn soi bóng bóng tìm mơ
Cô gái trông theo tội dáng chờ
Hun hút người đi lòng khổ chịu
Bàng hoàng mắt ngó dạ buồn ngơ
Cầu yêu gãy nhịp tim vàng vọt
Gối mộng lìa đôi mối hững hờ
Trách phận vô duyên đời vướng nạn
Tâm tình uẩn khúc gởi vào thơ

# Chi Vui

Vui chi vắng bạn thiếu người ta
Khó viết câu thơ chữ đậm đà
Khơi mộng ước đầu xuân hạ đón
Tỏ ân tình đẹp tháng ngày qua
Vùi thân xác cực xa quê sống
Tạo nghĩa tình thâm nhấm rượu khà
Lui tới gặp thường quên lẻ phận
Nuôi hình bóng ảo khổ đời ta

Ta đời khổ ảo bóng hình nuôi
Phận lẻ quên thường gặp tới lui
Khà rượu nhấm thâm tình nghĩa tạo
Sống quê xa cực xác thân vùi
Qua ngày tháng đẹp tình ân tỏ
Đón hạ xuân đầu ước mộng khơi
Đà đậm chữ thơ câu viết khó
Ta người thiếu bạn vắng chi vui

# Vắng Người Yêu

Buồn gì hơn sống vắng người yêu
Chờ đợi nôn nao khổ sớm chiều
Đổ tính ơ hờ xuôi kiếp hẩm
Ôm thân lạnh lẽo tại mình kiêu
Gọi lời xin lỗi lòng mong lắm
Viết chữ phân bua tính đổi nhiều
Dỗ mãi sao nàng không thấu hiểu
Buồn gì hơn sống vắng người yêu

# Bạn Cùng Ta

Bắt cầu thân ái bạn cùng ta
Có nắng trăng sao rọi sáng nhà
Xuân thả hồn bay trên phố cũ
Hạ gieo mơ thấm giữa trời xa
Làn hơi quyện với câu thơ viết
Điệu sáo ngân theo tiếng gió hoà
Người cảnh tương phùng vui thắm thiết
Thấy đời đáng sống những ngày qua

# Tính Chuyện Tình

Có nửa đời hơn trí chẳng mờ
Hồi xuân người tính chuyện nằm mơ
Kiếm chàng trai trẻ gầy duyên thắm
Ngóng kẻ tài hoa dệt mối hờ
Giúp đỡ bà con lòng chẳng quản
Hỏi chào bè bạn lẽ nào ngơ
Sống nhà hạnh phúc vui trên dưới
Ai bảo mình xui ế dại khờ

Buồn đứng trông theo bóng khuất mờ
Người xưa đi biệt vắng tình mơ
Nằm thân trơ trọi sầu đêm lẻ
Đứng dáng liêu xiêu tủi phận hờ
Bát nước chia đôi tay với gởi
Bữa cơm ăn chiếc đũa và lơ
Đời cam cựa quậy theo ai nữa
Để bạn trăm năm chịu sống khờ

# Lời Hoa

Cố giữ hoa xưa đỏ thắm màu
Tránh hờn tâm rối nản về sau
Vai kề đâu nỡ gieo lòng thảm
Tình muốn sao đành phụ nghĩa sâu
Chớ cậy bướm ong xây mộng đẹp
Đừng đem mưa bão phủ duyên sầu
Nửa đời hương phấn thân đền trả
Sông cạn núi mòn hứa có nhau

Sông cạn núi mòn hứa có nhau
Nhắc chi ve phượng gợi thêm sầu
Đuổi đeo mộng ảo buồn vây kín
Gặt hái duyên hờ khổ luống sâu
Hình khắc trong tim đà định trước
Tình xây trên cát khó ngờ sau
Hẹn đời trao vẹn câu tình nghĩa
Cố giữ hoa xưa đỏ thắm màu

# THAN

Nghèo ở phương xa sống lắm buồn
Không xe chở đón ghệ xù luôn
Chia ra hai lối thêm hờn số
Xáp lại một đôi ngại diễn tuồng
Túi nhỏ tiền khô tình đứt đoạn
Nhà xiêu cổng rệu gió lồng tuôn
Kêu trời chẳng thấu thôi đành phận
Khổ cực như ri thánh cũng chuồn

# LÊN CHÙA

Ý định lên chùa để tịnh tu
Dài thê đường vắng khói vây mù
Rêu giăng dưới dốc nhìn xanh ngắt
Hầm lượn quanh đèo thấy tối u
Gió thổi lạnh lùng cay rát mắt
Mưa rơi lộp độp ướt căng dù
Đi hoài gối mỏi chân co quắp
Chán phải quay về chỗ trước cư

# Thu Và Ảo Vọng

Bàng bạc mây dìu thu đến đây
Gió lay nhè nhẹ lá vàng cây
Đàn chim bay nhảy tìm cành đậu
Đám trẻ nô đùa đuổi bướm bay
Hồ nước phẳng lờ in bóng đứng
Rượu bầu ngon ngọt đãi người say
Được mùa lúa chín phơi đầy ngõ
Thơ phú ngân nga trải mộng đầy

Vạn sắc hoà tan ảo ảnh đầy
Thu về mượn rượu chuốc men say
Lẩn vào yến tiệc nghe đào hát
Đứng giữa núi rừng thả mộng bay
Lội xuống sông làm chim bói cá
Trèo lên núi giả khỉ rung cây
Hoá tiên du ngoạn quanh trời đất
Ai sướng trong đời hơn tớ đây

## Tình Hai Lối

Yêu lắm thêm buồn mưa gió ơi
Người theo duyên mới nới tình tôi
Xoá câu hải thệ lòng vun xới
Bỏ chữ tâm đồng nước cuốn trôi
Thù tạc chén nồng chờ chẳng tới
Đắp xây mộng thắm hỏng lâu rồi
Đắng cay kỷ niệm tình hai lối
Ai nhớ ai không giữa cuộc đời

## Quê Ơi

Tôi đi giữa lạ buồn hiu hắt
Nhớ biển trong xanh gió ngút ngàn
Nhớ bạn gái trai chơi lối xóm
Nhớ mâm xôi thịt đãi thôn làng
Nhớ em cày cuốc luôn chăm chút
Nhớ chị gánh gồng chẳng thở than
Nhớ bé tí tôi nằm giữa tã
Nghe lời ru Mẹ miệng cười khan

# Tình Ngăn Cách

Xuôi ngược đường đời lắm khổ đau
Cánh hoa trong gió rủ phai màu
Bơ vơ thân lạc nơi trời lạ
Quạnh quẽ đời trôi chốn bể sầu
Số phận lỡ làng ôm trái đắng
Duyên tình đành đoạn cứa tim đau
Lê thân chìm nổi qua mưa nắng
Biết kiếm người thương ở chốn nào

Biết kiếm người thương ở chốn nào
Hai nằm xứ lạ cách ngăn sâu
Bóng không thấy nữa lòng mang khổ
Tình chẳng còn chi dạ luống sầu
Bao bận thư trao câu nặng nghĩa
Một lần tay vẫy lệ hoen màu
Ngày Xưa Hoàng Thị còn đâu nữa
Trường lớp phố phường nhắc ruột đau

## SỐ LẺ

Không sống chung đôi mỗi kẻ đường
Thôi đành chấp nhận chuyện đau thương
Kệ thân dầu dãi buồn bao lúc
Cam số lạnh lùng lẻ một phương
Kẻ ở người đi tình ảo vọng
Trăng lên sao rụng cảnh vô thường
Éo le đời chẳng như mong muốn
Ngang trái ôm chi số đoạn trường

## NHỚ QUÊ

Trời xa canh cánh nhớ quê nhà
Sáng dậy nắng hồng chim hát ca
Tết rượu trà dâng mừng nội ngoại
Giỗ hương khói tỏa cúng ông bà
Đau ngày tang tóc thân lìa cội
Vui lúc thanh bình mộng nở hoa
Thương buổi đưa người sang bến mới
Khổ ngày Mẹ mất lệ lòng sa

# Tội

Cái tội sinh ra đã thấy nghèo
Lại mang bệnh nhậu khổ hoà theo
Ngày tu dăm chén nhìn say réo
Tối hẹn vài cô gặp níu đèo
Nợ bạc không hoàn xe bị kéo
Phận chồng khó trả vợ tìm reo
Tránh đâu khỏi nắng đời xui xẻo
Chẳng họa tan nhà cũng xác teo

# Yêu

Nghĩ tình lận đận khó lòng vui
Yêu để trăm năm khóc ngậm ngùi
Ôm bóng ảo đành khô héo dạ
Vẫy tay xa chịu dở dang đời
Si mê nhan sắc xa buồn đã
Theo đuổi bóng hình vắng khổ thôi
Trôi nổi bao lần thân mệt mỏi
Ai thương ai nhớ thuở qua rồi

# Đời Vui Buồn

Gặp nhau bạn nhé hãy vào đây
Xướng họa thơ vui nối những ngày
Tình giữ trong tim lòng gợi nhớ
Rượu nâng giữa tiệc chén tìm say
Kề vai chân bước dìu qua lối
Vắng mặt phone reo hẹn họp bầy
Còn sống lại qua đời diễm phúc
Kết vòng tay lớn rạng trời mây

Gì buồn hơn sống lẻ nơi đây
Nhớ lắm quê xa trải tháng ngày
Bắt ốc mò cua thân rã mệt
Hông xôi nấu thịt tiệc mời say
Tình ơi đã hết thời so bóng
Lớp hỡi còn đâu buổi tụ bầy
Nghe ếch kêu đêm buồn não ruột
Ngày nhìn chim sáo lượn tầng mây

# Đời Khổ

Đời vây khổ kiếp lẻ không nhà
Gối mỏi lưng còng ở xứ xa
Đôi rã mộng lìa nao bến đợi
Lối giăng mưa đổ ngại tình va
Cười quên ruột quặn vò tơ tóc
Nói ngợ tơ chùng rã bướm hoa
Trôi nổi kiếp chiều hiu hắt bóng
Vơi đầy lệ thấm nhớ người ta

Ta người nhớ thấm lệ đầy vơi
Bóng hắt hiu chiều kiếp nổi trôi
Hoa bướm rã chùng tơ ngợ nói
Tóc tơ vò quặn ruột quên cười
Va tình ngại đổ mưa giăng lối
Đợi bến nào lìa mộng rẽ đôi
Xa xứ ở còng lưng mỏi gối
Nhà không lẻ kiếp khổ vây đời

# Thầm Yêu

Ơi em khó tỏ nói thầm yêu
Mỏi mệt thân khi bóng mãi đèo
Đời vướng khổ cam tơ chỉ rệu
Mối tan buồn nhặt ước mơ xiêu
Nôi ru hát tiếng nghe âm vọng
Cội ngóng trông người đợi bến neo
Thôi chịu khổ đành mang số hẩm
Môi hồng nở đó chúc cười reo

Reo cười chúc đó nở hồng môi
Hẩm số mang đành khổ chịu thôi
Neo bến đợi người trông ngóng cội
Vọng âm nghe tiếng hát ru nôi
Xiêu mơ ước nhặt buồn tan mối
Rệu chỉ tơ cam khổ vướng đời
Đèo mãi bóng khi thân mệt mỏi
Yêu thầm nói tỏ khó em ơi

# Bài Học Đầu

Bài học đầu em tập viết thơ
Rồi yêu người dạy tự bao giờ
Hai nơi xa giữ hai đầu nhớ
Một thuở gần xây một mối mơ
Hẹn nối tình duyên chia sớt nợ
Hứa trao lòng dạ dệt đan tơ
Bắt cầu vui sống bên muôn thuở
Xoá cảnh đời đau lắm bụi mờ

Sướng gì hơn được viết bài thơ
Lời rõ niềm vui đến mỗi giờ
Kết hợp tâm hồn tô sắc rỡ
Mở mang đầu óc dệt màu mơ
Trói đời vững chắc nên chồng vợ
Dệt mối tương phùng nối chỉ tơ
Câu chữ đượm tình xây mối nợ
Trăm năm hạnh phúc chẳng phải mờ

# Tuổi Cầu Gieo

Môi hồng nụ thắm tuổi cầu gieo
Đợi bén tin mừng cập bến neo
Lời lựa hát câu ngân đúng điệu
Lối băng lồng gió lượn cao diều
Đời hên bóng gặp thương yêu réo
Mối thuận tình ươm hẹn ước đeo
Đôi lứa chuyện nồng in lối nẽo
Vui ai đón tiếng rộn vang chiều

Chiều vang rộn tiếng đón ai vui
Nẽo lối in nồng chuyện lứa đôi
Đeo ước hẹn ươm tình thuận mối
Réo yêu thương gặp bóng hên đời
Diều cao lượn gió lồng băng lối
Điệu đúng ngân câu hát lựa lời
Neo bến cập mừng tin bén đợi
Gieo cầu tuổi thắm nụ hồng môi

# TÌNH THƠ

*(Thơ Đường Luật, Ngũ Độ Thanh)*

Ngũ độ Đường thơ tỏa sáng trời
Vui cùng họa tránh nỗi sầu rơi
Xuân tìm lộc trỗ trong tầm với
Hạ thả diều bay giữa gió chơi
Giữ mộng êm đềm giăng tỏ lối
Cầu duyên vững chắc dựng nên đời
Lời hay viết tẩy buồn xa cội
Mạng ảo tao đàn chữ khó vơi

Ân tình đổ vỡ lệ nào vơi
Lẻ phận mình cam sống giữa đời
Cõi ảo đang gầy thưa bạn tới
Vườn xinh đã tậu vắng người chơi
Ngày qua lạnh lẽo tơ quàng rối
Ngõ đến tiêu điều mộng tản rơi
Chịu cảnh đơn phòng ai biết hỡi
Tàn mơ rước khổ tại ông trời

# Tình

Quen rồi ly biệt cũng đành thôi
Tay vẫy chào nhau mộng hết rồi
Kẻ đến phương xa chân sải lối
Người về xứ lạ lệ vương đời
Ngày đi thơ thẩn hờn duyên rối
Đêm thức bâng khuâng nhớ dáng ngồi
Tình chỉ bài thơ không đoạn cuối
Số phận bạc bẽo trắng như vôi

Số phận bạc bẽo trắng như vôi
Nghĩa nát tình chia khổ đứng ngồi
Lòng rũ đớn đau xa cách cội
Mộng ôm quạnh quẽ trái ngang đời
Tương lai tươi đẹp đâu còn hỡi
Kỷ niệm ấm êm đã khuất rồi
Lạnh lẽo đêm trường sầu chiếc gối
Quen rồi ly biệt cũng đành thôi

# Quê Xa

Quê xa cách biệt khổ lòng đây
Tuổi luống đời trôi nản thế nầy
Lê lếch phận nghèo ôm số hẩm
Quẩn quanh đời lẻ chịu lòng cay
Mê hình đuổi bóng tình chao đảo
Lội suối băng sông kiếp đọa đày
Về chốn lạ thương thân bến lạnh
Khề khà chén rượu uống mình say

Say mình uống rượu chén khà khề
Lạnh bến thân thương lạ chốn về
Đày đọa kiếp sông băng suối lội
Đảo chao tình bóng đuổi hình mê
Cay lòng chịu lẻ đời quanh quẩn
Hẩm số ôm nghèo phận lếch lê
Nầy thế nản trôi đời luống tuổi
Đây lòng khổ biệt cách xa quê

## Đãi Tiệc

Đãi tiệc mời đông gặp bạn mừng
Tiếng đàn câu hát vọng không trung
Đời xua tăm tối không lo lắng
Tình xoá đau thương chẳng ngại ngùng
Ôn kỷ niệm xưa tìm dáng đẹp
Nhắc thời gian cũ gợi mơ chung
Bên nhau thân thiết vui niềm nỡ
Đạo giữ quê thương sớt khổ cùng

## Tuổi Già

Năm tháng còn đây tuổi luống già
Nhìn quanh quạnh quẽ có mình ta
Cơm ăn đôi chén nghe hàm rã
Thư đọc vài câu thấy mắt loà
Trước khỏe sức bền phi xế mã
Nay gầy thân mỏi lụn xương da
Bạn thăm mai mốt nghe mừng quá
Gặp mặt trải lòng vui sướng ra

# Phượng Hồng

Phượng hồng nhắc lại nhớ buồn chi
Áo trắng vờn bay buổi đẹp thì
Yêu ngẩn ngơ lòng nôn tỏ ý
Mộng xinh đẹp dáng giấu tìm khi
Nhớ cơn nắng hạ soi bền chí
Cậy bước chân nai hẹn đúng kỳ
Tưởng hợp tươi tình sao khổ nhỉ
Để đời có kẻ khóc chia ly

Để đời có kẻ khóc chia ly
Hai ngõ một nơi khổ đến kỳ
Theo đuổi duyên thề không toại chí
Dựng xây hạnh phúc chẳng còn khi
Người sang sông đợi xe tơ chỉ
Kẻ tiễn tình bay vỡ mộng thì
Dõi bóng bóng mờ xa vạn kỷ
Phượng hồng nhắc lại nhớ buồn chi

# Xem Hoa

Chật cứng người đi xe cộ qua
Xem hoa ticket bộn tiền ra
Đường cơn gió thổi cây rung lá
Vườn nhuỵ hương vờn lối trỗ hoa
Thỏa mái tâm hồn nghe nhạc họa
Thảnh thơi đầu óc đợi lời ca
Cảnh người kết hợp yên vui quá
Đẹp tựa bài thơ ý mặn mà

Đẹp tựa bài thơ ý mặn mà
Tô đời thị vị bản dân ca
Nhuộm tình viễn xứ xanh màu mạ
Kết ngõ ân tình đỏ dáng hoa
Tiếng nhạc hiền hoà vang lối thả
Câu thơ đầm ấm trải lòng ra
Nương đồi rừng rậm khoe cây lá
Chật cứng người đi xe cộ qua

## Cấm Cửa Cài Then

Cấm cửa cài then khoá cổng trời
Cơm nhà món cũ khó lòng xơi
Chân đi mệt tưởng em chờ lối
Đất dậm buồn thương kẻ rối đời
Hứng cảnh bọt bèo than số hỡi
Sống thân lủi thủi gọi mình ơi
Trên kêu dưới dạ ai tình nối
Đây khổ làm ngơ chẳng nói lời

## Gởi Anh

Đó trời nắng ấm phải không anh
Cát trắng lượn vòng bao biển xanh
Tô bún cá giò ăn ấm bữa
Nồi cơm gạo lức nấu thơm tình
Đường về Đà Nẵng xe chen chật
Tàu đến Lăng Cô khói lượn quanh
Xa đất Nam Ô thèm Nước Mắm
Chấm rau dầm ớt chẳng quên đành

# Nằm Đây

Nằm đây ngày tháng cứ buồn trôi
Chẳng lúc nào hên để nở cười
Mong ước hững hờ mong ước rối
Nhớ thương sâu đậm nhớ thương vùi
Tình em nhoà nhạt trôi bao lối
Nghĩa nước thiêng liêng giữ một đời
Cha mẹ nghĩa ơn cao chất núi
Làm sao đền đáp đặng người vui

Làm sao đền đáp đặng người vui
Câu hát à ơ Mẹ để đời
Cha kéo thúng bơi tìm cá nổi
Chị gom củi tấp lúc mưa vùi
Ấm êm bạn gặp trao câu nói
Lạnh lẽo người đi tắt nụ cười
Covid giăng đầy sao viếng cội
Nằm đây ngày tháng cứ buồn trôi

# TIỆC VUI

Lâu ngày mở tiệc đãi bà con
Đông dự vui ri rạng rỡ hồn
Mâm quảy tổ tiên hương tỏa ngát
Phone thăm cô bác tiếng reo dòn
Nước xa vạn dặm thương quay quắt
Nhà cách nhiều năm nhớ mỏi mòn
Làng xã Nam Ô quê đậm khắc
Mẹ cha hiếu nghĩa phận lo tròn

# THÂN TRAI

Thân trai túc trí sức dai hùng
Vó ngựa đường trường sải bụi tung
Băng núi vượt đèo lòng chẳng núng
Làm thơ viết liễng bút không ngừng
Giờ ôm tuổi lớn xìu chân đứng
Nay ngó mắt mờ bước gối rung
Đâu thuở liệt oanh đời hí hửng
Người khen dũng mảnh kẻ vinh sùng

# Biệt Hỡi Nường

Rồi cũng vẫy tay biệt hỡi nường
Mối chia lòng đoạ rã tình thương
Đời ôm số khổ rời thôn xóm
Lối sải chân xiêu lạc phố phường
Côi cút đêm nằm thân nhớ cội
Tối tăm mưa phủ nước giăng đường
Lời ru Mẹ tiếng nghe vang vọng
Đôi lứa tan lìa nợ vấn vương

Vương vấn nợ lìa tan lứa đôi
Vọng vang nghe tiếng Mẹ ru lời
Đường giăng nước phủ mưa tăm tối
Cội nhớ thân nằm đêm cút côi
Phường phố lạc xiêu chân sải lối
Xóm thôn rời khỏi số ôm đời
Thương tình rã đoạ lòng chia mối
Nường hỡi biệt tay vẫy cũng rồi

# TÌNH NHỚ

*(Thơ Đường Luật Ngũ Độ Thanh)*

Nhớ mãi tình nên khổ phận nầy
Thương mình chuốc ảo rượu tìm say
Đời trôi vất vưởng ôm buồn nặng
Bóng dõi đìu hiu đọng khổ đầy
Chẳng có tin người khi vỡ mộng
Không còn tiễn bạn lúc rời tay
Yêu đà tím rịn lìa hai ngả
Kỷ niệm tròn đôi rũ thánh ngày

Kỷ niệm tròn đôi rũ tháng ngày
Trung thành một thuở vẫy chào tay
Người đi cuối bãi duyên gầy nhạt
Kẻ đến đầu sông ruột rã dày
Chỉ đã chia đành thôi rán đợi
Tơ đà đoạn để hết còn say
Miền xa kiếp lẻ hoài phiêu bạt
Nhớ mãi tình nên khổ phận nầy

# Tình Xưa

Nhớ thời xưa đẹp mới quen ai
Vườn ái lung linh nở dáng ngài
Hò hẹn thư trao bao chữ đẹp
Đắm say mộng dệt những đêm dài
Trăm năm duyên nợ chưa hoàn hảo
Phút chốc ân tình đã nhạt phai
Tình đổi thay mau nào biết trước
Mê chi dáng ngọc bỏ công mài

# Tình Vỡ

Thao thức đêm nghe vẳng giọng cười
Hoà theo lệ nhỏ sáo đàn rơi
Ấm êm tiếng hát lời bay bổng
Cay xé niềm tin kiếp rối bời
Cuống quýt thân ngà say bước nhảy
Bần thần bóng chiếc thả đêm trôi
Quen nhau xa để đời ân hận
Người có nhân tình kẻ bỏ chơi

## THƯƠNG AI

Ai cần chỉ nối để chân bon
Thiếu bóng người xưa nhớ mỏi mòn
Trai gái hẹn hò xây tổ ấm
Đá vàng tô điểm bện tình son
Hoài mong thuận ý yêu thương đến
Mãi giữ tròn đôi mộng ước còn
Dài được sống bên vui phỉ chí
Hai chung tóc bạc hẹn thề non

Non thề hẹn bạc tóc chung hai
Chí phỉ vui bên sống được dài
Còn ước mộng đôi tròn giữ mãi
Đến thương yêu ý thuận mong hoài
Son tình bện điểm tô vàng đá
Ấm tổ xây hò hẹn gái trai
Mòn mỏi nhớ xưa người bóng thiếu
Bon chân để nối chỉ cần ai

# Viết Thơ Văn

Thơ văn viết chữ gởi ai đây
Thở tiếng buồn riêng phận khéo bày
Mơ mộng ảo hư thân vướng chịu
Nhớ thương dang dở rượu tìm say
Chờ ai chỉ vá lòng trăng trối
Lỡ phận tình ôm số đoạ đày
Vơ vẩn yêu người trông ngóng mãi
Hờ duyên mối phụ gánh đời cay

Cay đời gánh phụ mối duyên hờ
Mãi ngóng trông người yêu vẩn vơ
Đày đọa số ôm tình phận lỡ
Trối trăng lòng vá chỉ ai chờ
Say tìm rượu dở dang thương nhớ
Chịu vướng thân hư ảo mộng mơ
Bày khéo phận riêng buồn tiếng thở
Đây ai gởi chữ viết văn thơ

# Số Nghèo

Rất muốn vận may đến đỡ nghèo
Sao mà cái khổ cứ mò theo
Cơm ăn lưng bữa buồn thân cám
Xe mướn nhiều năm tủi phận bèo
Dạo phố tiền khô đi uể oải
Chào đông mền thiếu ngủ chèo queo
Ai thương kẻ khó không nhà cửa
Giúp đặng qua cơn đói lạnh teo

# Cám Nhà Treo

Bạn làm thơ giỏi ráng mò theo
Viết chuyện ăn chơi chẳng ngán nghèo
Họa ý sáng tươi xua phận héo
Xướng lời sảng khoái tránh đời eo
Tiễn già gặp trẻ vui mời kẹo
Xuống ngựa lên xe hứng đổ đèo
Vắng vợ vắng con không kẻ réo
Lòng mừng quên thuở cám nhà treo

# Nhớ Thương Chi

Có nhớ thương chi cũng muộn rồi
Trăm năm bến hẹn lặng lờ trôi
Tình hai lỡ nhịp không nên mối
Bóng một hằng tim khó tỏ lời
Pháo đợi hoa chờ ngày vui tới
Đàn ngân phiếm lạc giọng buồn rơi
Quen rồi đi biệt không tin nối
Người ở chân mây kẻ cuối trời

Tình lỡ đau thương chắc tại trời
Lẽ đời khó chịu gió mưa rơi
Nghĩ buồn số phận nằm thương cội
Nhuộm đắng tâm can nói nghẹn lời
Tìm dáng dáng mờ thêm ruột rối
Gọi phone phone lặng kệ ngày trôi
Thuở ban đầu đẹp còn đâu hỡi
Có nhớ thương chi cũng muộn rồi

## ĐỜI XỨ LẠ

Thôi đành cảnh tạm ở không nhà
Xứ lạ buồn ri thấm lệ sa
Trôi bóng lạc quê đời vướng khổ
Vẫy tình chia lối mộng bay xa
Lời ru giọng ấm ngân dai dẳng
Tiếng hát hơi dài nhớ thiết tha
Đôi lứa rã chùng tơ đoạn chỉ
Phôi phai ước vọng chịu mình ta

Ta mình chịu vọng ước phai phôi
Chỉ đoạn tơ chùng rã lứa đôi
Tha thiết nhớ dài hơi hát tiếng
Dẳng dai ngân ấm giọng ru lời
Xa bay mộng lối chia tình vẫy
Khổ vướng đời quê lạc bóng trôi
Sa lệ thấm ri buồn lạ xứ
Nhà không ở tạm cảnh đành thôi

# Lớp Trường Xưa

Thương người vướng nợ nhắc chi đau
Rẽ lối từng ai gặp có nào
Trường lớp phượng ve in nắng đổ
Gái trai mày mặt nở câu chào
Hương trào nét chữ ghi trang cuối
Bóng tụ thầy cô dạy tiếng đầu
Đường lối lại qua vui gặp bạn
Vườn sân rọi nắng rợp tình sâu

Sâu tình rợp nắng rọi sân vườn
Bạn gặp vui qua lại lối đường
Đầu tiếng dạy cô thầy tụ bóng
Cuối trang ghi chữ nét trào hương
Chào câu nở mặt mày trai gái
Đổ nắng in ve phượng lớp trường
Nào có gặp ai tìm lối rẽ
Đau chi nhắc nợ vướng người thương

# TÌNH NHẠT PHAI

Phai nhạt rồi em kỷ niệm đời
Chúng mình trở lạ sống người nơi
Ngày xưa thân ái đà trôi nổi
Tình cũ đậm đà đã lạc rơi
Trường lớp đường qua xa lắm đỗi
Bà con tiếng nhủ thiếu bao lời
Nằm đây tự hỏi đâu nguồn cội
Nhớ nước thương nhà lệ chẳng vơi

Nhớ nước thương nhà lệ chẳng vơi
Đêm nghe tiếng Mẹ gọi bao lời
Tết cành mai nở hoa vàng chói
Hè cánh phượng chào xác tím rơi
Đón tiếp bạn bè vui lắm buổi
Viếng thăm làng xóm đẹp nhiều nơi
Giờ nằm hiu quạnh buồn bao nỗi
Phai nhạt rồi em kỷ niệm đời

# Tìm Vui

Bạc chẵn chưa xong lấy thẻ cà
Masage tuần bận cứ tà tà
Cơm nhà hay lánh tình nghe vã
Phở chợ thường dùng mộng gởi xa
Hưởng lúc lo âu e bị ná
Sợ khi áy náy dạn hăm bà
Tật nào tính nấy thôi chơi đã
Nhất dạ đế vương đời có ta

# Tình Đuổi Bắt

Đêm trường thao thức nhớ thương ai
Yêu đắm say chi để thở dài
Thui thủi nằm mình không tiếng gọi
Xót xa xoã tóc chẳng trâm cài
Người đi cuối xóm tìm ai mãi
Kẻ ở đầu sông đợi bóng hoài
Đuổi bắt tình ơi ngang với trái
Tơ chùng duyên hẩm sắc hương phai

# Yêu Chi

Tha thiết yêu chi tội lắm người
Ngày ôm kỷ niệm tối tìm hơi
Dư hương giường chiếu nằm cô quạnh
Tình quẩn xanh xao nát giữa đời
Xuân đến sao lòng đau lắm Xuân
Yêu lây lấy giữa cõi phong trần
Ta ru sầu lắng dòng tâm sự
Giữa tiếng chuông buồn thánh thót ngân

Nhớ lắm quê xa khuất cuối trời
Bóng em đè nặng giữa hồn tôi
Em đi đâu để tình sương gió
Phai nhạt trăm năm mộng rối bời
Đường hoa đua nở phố người đông
Phải áo em bay giữa nắng hồng
Đắm đuối hương lòng quên dĩ vãng
Để tình anh chẳng có mùa Xuân

# Hạ Nồng

Hạ nồng vắng gợi nỗi đau dai
Lắng đọng trang thơ tiếng thở dài
Tình hiểu quen đà xa bải hoải
Mộng say đắm đã luống tàn phai
Nắng hồng lịm tắt duyên trôi mãi
Áo trắng thôi bay dạ nhớ hoài
Kẻ ở đầu sông người cuối bãi
Muốn tìm tri kỷ biết tìm ai

Muốn tìm tri kỷ biết tìm ai
Kẻ bận riêng tư kẻ vắng hoài
Theo bóng ảo lòng chao phận oải
Dựng cầu mới nhịp lỗi duyên phai
Yêu xây duyên phận nghe đời mỏi
Mộng dệt trăng sao thấm lệ dài
Hạ hỡi sao tình ngăn cách mãi
Để người đi biệt kẻ buồn dai

# Bắt Cầu Thân Ái

Bắt cầu thân ái bạn cùng ta
Có nắng trăng sao rọi sáng nhà
Xuân thả hồn say trên đất lạ
Hạ gieo tình ủ giữa trời xa
Làn hơi quyện thấm câu thơ viết
Điệu sáo ngân theo tiếng gió hoà
Người cảnh tương phùng vui thắm thiết
Thấy đời đáng sống những ngày qua

# Thu

Ve vắng phượng tàn biết đến thu
Lá bay vàng vọt giữa sương mù
Cây cành đứng lặng phơi thân ngủ
Thôn xóm nằm dài vọng tiếng ru
Nhớ hạ mây trời trôi ủ rủ
Mủi lòng bóng bạn khuất âm u
Thơ gieo ảo thực bao lời đủ
Để giữa đêm dài đắm mộng du

# Hậu Của Lòng Ta

Ngủ đi em nhé giấc mơ tiên
Phấn khởi quên đi chuyện muộn phiền
Giữ phận sắc son khi quốc biến
Tô đời tươi thắm lúc tình nên
Bài thơ viết dịu lơi ngâm hiến
Tiếng hát ngân nồng giọng cất lên
Vang dội không gian câu cảm mến
Xây nhà hạnh phúc ở ngày đêm

Em hãy cùng ta xe mối tim
Hai dìu bước dạo cảnh thần tiên
Đơm hoa kết trái lòng lưu luyến
Gá nghĩa hợp đôi dạ kiếm tìm
Cởi gió kéo mây vờn sóng biển
Trèo non lội suối dệt tình duyên
Long bào áo mặc đeo vương miện
Để hậu ta vui thỏa ước nguyền

# TÌNH ƯỚC MƠ

Lặng lẽ mình đây ở với đời
Nhìn quanh bè bạn mỗi người nơi
Xuân về tình lạc nhàu chăn gối
Hạ đến duyên chờ lạnh má môi
Thu lá vàng bay sầu ngõ lối
Đông mây đen phủ kín khung trời
Thân nằm trơ trọi ai hay hỡi
Cảnh cũng buồn lây năm tháng ơi

Cảnh cũng buồn lây năm tháng ơi
Long đong ngồi vá mảnh tơ trời
Muốn gầy mối cảm vun xanh lối
Ưng gởi nụ yêu thắm đỏ môi
Xin chớ tạo đau sầu một cõi
Mong đừng gieo đắng khổ hai nơi
Ước mơ xin đến trong tầm với
Để kẻ yêu nhau sống trọn đời

# NHỚ BẠN

Đêm lạnh thẫn thờ nhớ bạn a
Tháng năm chẳng gặp não lòng ta
Tiếng cười ấm áp in trong dạ
Câu hát nỉ non vọng giữa nhà
Yêu đến dở dang tình hoá lạ
Mộng khơi trắc trở bóng đành xa
Sống ôm thân chiếc buồn khôn tả
Đuổi bắt tìm ai lệ vỡ nhoà

# HỒN THƠ

Hồn thơ còn giữ được bao nhiêu
Hãy dựng mái nhà tránh đổ xiêu
Đất đãi gặp thời hên mộng réo
Trời ban được phúc lắm tiền tiêu
Thơ văn xướng họa xây tươi nẽo
Sóng nước trào dâng giữ chắc chèo
Chớ sợ bể dâu đời ngoắt ngoéo
Lênh đênh phần số ngại chi nhiều

# Ta Người

Ta người hẹn gặp nói trao chi
Khổ tiếng chung mang nghĩ ích gì
Va chạm bước đời vương dấu ái
Nhớ thương hình bóng giữ tình si
Xa quê tuổi luống vò tim lúc
Vắng bạn thân sầu nát ruột khi
Qua lại câu thơ tình xứ Quãng
Đà sông cảnh đẹp nhớ buồn ri

Ri buồn nhớ đẹp cảnh sông Đà
Quãng xứ tình thơ câu lại qua
Khi ruột nát sầu thân bạn vắng
Lúc tim vò luống tuổi quê xa
Si tình giữ bóng hình thương nhớ
Ái dấu vương đời bước chạm va
Gì ích nghĩ mang chung tiếng khổ
Chi trao nói gặp hẹn người ta

## Tình Lạc

Hai cách xa nhau những tháng ngày
Ngàn trùng lạc mất một vòng tay
Quê nhà em ở tơ duyên đoạn
Đất khách anh nằm mưa gió lay
Dầm dãi nắng sương người chẳng gặp
Não nề tim óc dạ nào hay
Ngả nghiêng tình ái đời cam chịu
Ray rứt tâm tư khổ chốn nầy

## Kiều

Bảy nổi ba chìm dạt bốn phương
Hồng nhan bạc phận lệ lòng vương
Thuyền lìa bến đợi trôi bao ngã
Gió cuốn tình đi đoạ lắm đường
Ghét tính sân si đời họ Mã
Thương lòng son sắt bóng Kiều nương
Trong bùn sen nở màu tươi đẹp
Rạng rỡ thơm danh giữa cõi thường

# Chào

Nắng sớm lung linh báo đẹp ngày
Gặp người bạn cũ dạ mừng thay
Thơ trao lời chúc ghi trang giấy
Lối dạo chân dìu rợp bóng cây
Ở cứ lâu lâu xin mãi thấy
Đi thì chậm chậm chớ mau by
Đờn ca sáo thổi ta cùng nhảy
Quên số cam go khổ chất đầy

# Buồn

Ai đã quên ai biệt tháng ngày
Đây nhà quạnh quẽ ở thương thay
Bếp xiêu nồi lạnh cơm khô đáy
Đường vắng mây mù gió lặng cây
Phận rủi đêm nằm mong ước dậy
Dạ buồn tuổi chất tiễn tình by
Em đi chắc sướng vui nơi ấy
Nỡ bỏ sau lưng kỷ niệm đầy

# Tiếng Thở Dài

Thơ bỏ từ lâu chẳng viết bài
Buồn ngơ ngẩn bởi vắng hình ai
Người đi lẩn khuất mờ tin nhạn
Kẻ ở trông chờ tội dáng nai
Cây đứng chơ vơ mưa đọng giọt
Thuyền trôi lờ lững cá lơ chài
Tình xưa chốn cũ đầy lưu luyến
Ngày nhớ đêm thương tiếng thở dài

# Tình Lơ

Buôn chiều vàng vọt nắng chiều buông
Vương vấn ân tình nặng vấn vương
Nhớ mộng bay đi tìm mộng nhớ
Thương người ngại đến dỗi người thương
Số duyên chẳng đặng xây duyên số
Hương lửa không về nát lửa hương
Bóng lẻ tương tư nằm lẻ bóng
Đường đôi lứa dệt khổ đôi đường

# Hè

Hè đến đây xuôi tưởng đến hè
Ve sầu quê trỗi tiếng sầu ve
Vắng xa bè bạn mùa xa vắng
Se lạnh lớp trường gió lạnh se
Rịm tím mưa rơi ngày tím rịm
Hoe vàng nắng đổ lối vàng hoe
Ngọc ngà xanh tuổi yêu ngà ngọc
Nhoè thấm mộng mơ lệ thấm nhoè

# Hạ Yêu

Người ơi hạ đẹp hạ thơ
Tình tôi lỡ mất vỡ bờ yêu thương
Bao năm xa nắng sân trường
Tóc thề áo trắng bạn thương tình nồng

Biết tình ai nhớ tôi không
Người xưa vẫn đẹp đèo bòng trong tôi
Nắng hồng phượng đỏ quê ơi
Xin màu kỷ niệm đừng trôi lạnh lùng

# Buồn Tôi

Buồn nghe mưa gió phủ hồn
Lấp niềm yêu dấu vùi chôn cuộc đời
Buồn như hoa lạc bèo trôi
Ấm êm ngày nhắc đêm rơi bồn chồn

Buồn mang nặng trĩu trong hồn
Cách chia khó nói ăn mòn tim si
Tình buồn bất dịch bất di
Thương em em lại bỏ đi xa vời

Đi đâu biệt để sầu rơi
Cái tên dễ nhớ làm tôi khóc thầm
Nằm lòng câu chuyện trăm năm
Trông mòn con mắt oái ăm sự tình

Ngồi mình chán cái làm thinh
Thư không mail chẳng tội mình lòng đong
Buồn giăng một sợi dài thòng
Quấn hồn tôi chặt sao mong hết buồn

# KHI XƯA

Khi xưa nghèo khó ăn cơm độn
Ngày cứ qua ngày vui nối vui
Đời thảnh thơi chân đi khắp chốn
Nghêu ngao ca hát giữa mây trời
Trời xanh gió mát cảnh bình yên
Quanh quẩn chị em sống dịu hiền
Tối rọi đèn dầu lo bếp núc
Nghe vang trẻ học chữ thánh hiền

Mẹ sàng tấm thóc bên khung cửa
Giã gạo tiếng chày động nửa đêm
Gạo bán dành tiền tiêu đỡ bữa
Gia đình hạnh phúc sống bình yên
Thoáng đã đời chiều phủ khói mây
Nồi kê chưa chín mộng rời tay
Xa quê nhớ mẹ đôi dòng ứa
Đâu bóng người yêu đợi tháng ngày

Em về nơi lạ có vui không
Gia đình con cháu chắc giờ đông
Chẳng tẻ như mình quen lúc trước
Người đi người đợi chống cằm trông
Trăm năm bến lạc thân trôi nổi
Ai rẽ ai đau giữa chợ đời
Ai tưởng ai sầu bên ảo vọng
Có còn thương nhớ thuở xa xôi

# Bà Chằng Ơi

Bà chằng ơi có buồn lắm không
Khi thương nhớ người yêu trong lòng
Ai là người bà say mến mộ
Một chữ tình trao trọn cho không
Tôi không biết nay bà nghĩ gì
Chỉ biết mình có trái tim si
Yêu bà lắm say mê bà lắm
Thương người bà thương cứ vui đi

Yêu là chìu ý nghĩ người yêu
Dẫu hy sinh đón nhận khổ nhiều
Bà ơi có thấy tình tôi thiếu
Là lòng tôi đã khóc cô liêu
Người thứ ba hỏi sao tôi khóc
Xin bà yên lòng chớ lo gì
Vì trong đời có bao nước mắt
Không một lần vui tiễn người đi

# Hạ

Yêu người người có yêu tôi
Hay tình đơn chiếc ôm đời nhớ thương
Đêm đêm thầm gọi tên nường
Quen nhau sao để mắt hờn dáng ngơ

Buồn tôi nhuộm tím cung tơ
Dệt vầng trăng khuyết thiếu mơ mộng điều
Hạ ơi nắng đổ muôn chiều
Hãy chừa một ngõ anh yêu anh chờ

Để tình anh đẹp câu thơ
Nồng say dáng ngọc bên bờ bến thương
Mới quen chưa gặp chưa tường
Tình như quấn quýt nặng vương vấn rồi

Phone kêu mail gởi phương trời
Mong lần gặp mặt trao lời mến yêu
Xin em nghĩ chút tình chiều
Tránh dòng tâm sự buồn thiu thét gào

Phượng hồng ve réo xôn xao
Nắng tươi áo lượn nao nao nửa vời
Không tình thì bạn hạ ơi
Cho anh kết nghĩa để đời ấm êm

## Số Lẻ

Nhớ ai đêm thức viết bài thơ
Hạnh phúc chìm trong khói bụi mờ
Sướng kẻ ra đi tìm đúng hướng
Buồn người ở lại lạc chùng tơ
Năm chầy tháng lụn đời xa bạn
Kiếp hẩm duyên chờ phận nát mơ
Thôi thế đành thôi ôm bóng lẻ
Thả trôi tình lạnh chốn vô bờ

## Tim Tôi

Tim tôi rỉ máu khổ dằng dai
Thương nhớ người dưng lệ nhỏ dài
Mới gặp rồi xa lòng bứt rứt
Vừa quen lại biệt dạ u hoài
Tình trao nặng trĩu tan thành khói
Mộng giữ bến lâu vỡ bởi ai
Rượu uống tương phùng đây cố đợi
Sao đành phụ để đá vàng phai

# Nhớ Xưa

Quê làng cảnh đẹp cách xa lâu
Tưởng nhớ người xưa gợi mối sầu
Lê gót chân mòn in cát mịn
Nối vòng tay ấm giữ tình sâu
Nôi ru mẹ hát câu êm dịu
Lưới bũa cha canh bóng dãi dầu
Thề biển hẹn non đôi lứa giữ
Mê say dạ khắc mối yêu đầu

Đầu yêu mối khắc dạ say mê
Giữ lứa đôi non hẹn biển thề
Dầu dãi bóng canh cha bũa lưới
Dịu êm câu hát mẹ ru nôi
Sâu tình giữ ấm tay vòng nối
Mịn cát in mòn chân gót lê
Sầu mối gợi xưa người nhớ tưởng
Lâu xa cách đẹp cảnh làng quê

## Xa Người

Cảnh sầu đường vắng gió mưa rơi
Kẻ ở người đi mỗi hướng trời
Đâu phải phụ lòng gây kiếp héo
Không là đổi tánh để tình vơi
Đời chia hai ngã tay buồn vẫy
Chân bước nhiều nơi mặt thiếu cười
Kỷ niệm ban đầu ôm thắm thiết
Tính giờ chẳng thuận mỗi người nơi

## Anh Khổ

Anh khổ em đành ngoảnh mặt sao
Duyên ta chẳng lẽ kín tre rào
Xa ngày quấn quýt lời đường mật
Hết buổi đợi chờ thuở kiếm đao
Thân tựa thuyền đơn trôi giữa biển
Tình như khói mỏng phủ ven ao
Xứ người cô quạnh đời lây lất
Cách biệt người dưng hận uất trào

# Chờ Chi

Chi chờ với đợi để buồn đây
Núi cách sông ngăn tội kiếp bày
Đi vẫy tay chào rưng lệ ứa
Dõi theo chân bước tiễn tình bay
Khi rời bóng biệt thân đờ đẫn
Lúc lỡ yêu tìm mộng đắng cay
Ri khổ sống đời năm tháng chịu
Thì thôi rán trả nợ tình vay

Vay tình nợ trả rán thôi thì
Chịu tháng năm đời sống khổ ri
Cay đắng mộng tìm yêu lỡ lúc
Đẫn đờ thân biệt bóng rời khi
Bay tình tiễn bước chân theo dõi
Ứa lệ rưng chào tay vẫy đi
Bày kiếp tội ngăn sông cách núi
Đây buồn để đợi với chờ chi

# ẢO ẢNH

Vạn sắc hoà tan ảo ảnh đầy
Đêm về mượn rượu chuốc men say
Lẩn vào yến tiệc nghe đào hát
Đứng giữa không gian thả mộng bay
Lội xuống sông làm chim bói cá
Trèo lên núi giả khỉ rung cây
Hoá tiên du ngoạn quanh trời đất
Ai sướng trong đời hơn tớ đây

# THU

Bàng bạc mây dìu thu đến đây
Gió ru nhè nhẹ nắng vờn cây
Đàn chim ríu rít tìm cành đậu
Đám trẻ nô đùa đuổi bướm bay
Hồ nước phẳng lờ in bóng ngả
Rượu bầu ngon ngọt đãi người say
Được mùa lúa chín giăng vàng ruộng
Để phú thơ ngâm trải mộng đầy

# TÌNH ĐI

Đông qua Xuân đến vắng em rồi
Dĩ vãng kéo về nặng kiếp côi
Áo trắng bay đầy trên ngõ đợi
Nắng vàng rơi lửng giữa ngày trôi
Tình ơi chớ đoạn xua tin tới
Mộng hỡi đừng bay biệt dáng hồi
Dẫu biết đường đời người mỗi lối
Sao hình bóng ấy chẳng rời tôi

Sao hình bóng ấy chẳng rời tôi
Có một lần đi lại khó hồi
Để tháng năm dài ôm bão nổi
Khiến dòng thơ đậm viết tình trôi
Người xa trường cũ xây duyên mới
Kẻ ở gác buồn ru phận côi
Gặp nói gì đây thêm bạn hỡi
Thời xưa nhắc lại chắc quên rồi

# Thôi Đành

Thôi đành lạ xứ sống mình nay
Nhớ lúc yên vui hạnh phúc đầy
Nôi ấm Mẹ ru lời ước vọng
Biển xa thuyền dạt nước trào vây
Môi cười bậu gởi riêng ai mến
Tiếng nấc đây mang nặng kiếp đày
Ôi khổ số không nhà lạc hướng
Vơi đầy lệ thấm khóc ai đây

Đây ai khóc thấm lệ đầy vơi
Hướng lạc nhà không số khổ ôi
Đày kiếp nặng mang đây nấc tiếng
Mấy ai riêng gởi bậu cười môi
Vây trào nước dạt thuyền xa biển
Vọng ước lời ru Mẹ ấm môi
Đầy phúc hạnh vui yên lúc nhớ
Nay mình sống lạ xứ đành thôi

# Quê Ơi

Quê ơi tôi nhớ chẳng quên đâu
Dẫu gió mưa đời thấm ruột đau
Đẹp mối ân tình xây vững chắc
Nặng lòng trung nghĩa giữ bền lâu
Quê là ánh sáng soi tăm tối
Quê chính niềm tin xoá muộn sầu
Mai có trở về thăm chốn cũ
Hát lời tao ngộ mến thương nhau

# Đời Vắng Em

Đời vắng em chi khổ rứa hè
Người đi chẳng nói mấy ai dè
Cái tình u ẩn nằm riêng rẽ
Cơn mộng nhạt nhoà hiện éo le
Dõi bóng bóng trôi đau ruột xé
Tìm tin tin biệt nhói lòng nghe
Buồn ơi cái số thân đơn lẻ
Thư viết tỏ bày cứ sợ e

# Gần Nhau

Gần nhau chưa thấm đã lìa nhau
Riêng giấu trong tim buổi gặp đầu
Thương nhớ âm thầm thương ngấn lệ
Hẹn hò hời hợt hẹn tình Ngâu
Chia tay tiếng nấc in lòng đắng
Rẽ lối thơ yêu viết chữ sầu
Hai ngã cách ngăn hai ngã thảm
Một tình xa lắc biết về đâu

Một tình xa lắc biết về đâu
Quen biết em chi để lắm sầu
Hình bóng thân thương in lối ngõ
Ái ân lận đận ướm mùa Ngâu
Lớp trường tay vẫy xa ngày cuối
Bè bạn kêu tên gặp buổi đầu
Ai ngỡ đường đời chia kẻ ngã
Gần nhau chưa thấm đã lìa nhau

# Mẹ

Mẹ là ánh nắng chói tầng không
Sọi sáng muôn nơi sắc tỏa hồng
Đất khách con nằm ru số kiếp
Quê nhà mẹ ở trải đời sông
Bao năm vất vã chân bươn nẽo
Nhiều lúc đau thương hạn ngập đồng
Mắm mẹ gánh gồng nuôi đám trẻ
Một đời bươn chải tốn bao công

Một đời bươn chải tốn bao công
Vượt núi trèo non lội suối đồng
Bịn rịn dáng gầy in bóng nước
Nhạt nhoà mắt ướt gởi tình sông
Long đong phận khổ tình hiền tím
Mệt mỏi thân đơn má nhạt hồng
Tất cả con cần nơi mẹ có
Mẹ là ánh nắng chói tầng không

# Cầu Chúc

Lâu chẳng thăm quê viếng bạn hiền
Chạnh buồn lòng có nỗi lo riêng
Vé mua phải đợi ngày sale đến
Bạc trả cần vay lãi tính thêm
Vợ cản nói ra câu khó mến
Con lo bàn lại chuyện không nên
Thôi đành im lặng cho xong chuyện
Đón Tết quê người để được yên

Quanh quẩn đây lâu kiếp ở hiền
Vui mình hủ hỉ với niềm riêng
Viết câu thơ đọc ôm tim oải
Nhắc mối tình mang nhớ bóng thêm
Non nước trải dài nhìn mắt thoả
Tháng ngày trôi thuận tạo đời nên
Cầu trời ban phước cho thân khoẻ
Viếng chúc bà con thuận sống yên

# Tình Lạnh

Trang thơ ai vắng xuôi duyên đoạn
Kỷ niệm hai người cũng lạnh tanh
Trời đất thênh thang dìm bóng nhạn
Trăng sao mờ mịt giấu đời anh
Tương lai đắm giữa cơn mê loạn
Hy vọng tan theo giấc mộng lành
Quanh quẩn phòng đơn ôm gối lạnh
Thiên đường đâu thấy hơi tình lang

# Ánh Trăng Vàng

Nhặt ánh trăng vàng đọng ước mơ
Trao về em gái dệt vần thơ
Xây lầu hạnh phúc vui bao thuở
Rọi bến tương tư rộng mấy bờ
Rộn rịp vườn xinh hoa nhuỵ nở
Ngất ngây tình thắm nước non chờ
Cây đời kết trái nên duyên nợ
Thỏa mãn ân tình đẹp khúc tơ

# Thư Thăm Chị

Hôm nay viết thư về thăm chị
Ở quê mình chị mạnh thường không
Nhớ em nhiều lòng chị chắc chờ trông
Đời quá nghiệt đành xa tình xa tổ

Em và chị lớn lên chung dòng sữa
Mẹ qua đời nỗi khổ khắc vào tim
Bãi hoang sơ mả mẹ lạc chân tìm
Ngày kỵ giỗ mẹ nằm yên chị khóc

Dăm chị em mỗi ngã đời mỗi khác
Thường dặn dò thân giữ lấy nghe em
Rủi tù đày mưa nắng giữa rừng sâu
Thân côi cút chị yên lòng sao được

Bữa em đi không một lời từ biệt
Sợ chị buồn thương khóc khổ chị thôi
Chén cơm chiều bên ảnh mẹ còn đâu
Mẹ bên chị em thì xa quá

Ai giúp chị khói hương ngày kỵ mả
Nhà quạnh hiu mái lá thiếu em buồn
Sớm trưa chiều lủi thủi chị nuôi con
Đàn cháu dại vắng người thân lui tới

Ngày về lại dừa cao dài bóng đợi
Nhìn bàn thờ ảnh mẹ mắt rưng rưng
Ôi xót thương chim lạc bạn xa rừng
Thân trơ trọi vui mừng đâu còn nữa

Khó từng bữa chị cho em từng bữa
Sống đói nghèo em chị bọc đùm nhau
Khi cách xa biết gặp khi nào
Mong em khỏe bình yên trong cuộc sống

Gởi theo chị nhớ thương từng ngõ vắng
Bãi cát vàng trải nắng nối đường quê
Bến đò xưa người qua lại chờ ghe
Nghe tiếng sóng vỗ về ra biển mặn

Em đi rồi đổi thay đà mấy bận
Ai lạc lòi ai lận đận chị ơi
Ai ru con bằng tiếng khóc thương đời
Bên chén rượu ai thả sầu tức tưởi

Ôi đẹp quá con sông dài ngàn tuổi
Nước về xuôi mang nhớ gởi qua cầu
Người đợi người bóng mẹ còn đâu
Đem mắm đổi từng củ khoai củ sắn

Thương về chị nhớ lời mẹ dặn
Rán đi thôi đời mưa nắng là thường
Mai mốt về có chị có em
Sống quấn quýt bên nhau vui mấy lúc

Em đi rồi chị có còn khổ cực
Bệnh ngày xưa thuyên giảm bớt hay không
Có xót lòng gạo mượn sớm chiều đong
Nuôi cháu dại cơm và chan nước mắt

Dầu cách xa gắng với đời chị nhé
Theo cánh thư em cũng có ngày về
Chị em mình hội ngộ giữa làng quê
Đón xuân đến tứ bề vang tiếng pháo

# Cầu Duyên

Chiều về trước ngõ đón người qua
Môi đỏ mắt nai đẹp lắm mà
Cổ quấn khăn tròn xinh dáng hạ
Gió lay tóc mượt ngát mùi hoa
Yêu em son sắt tình đon đả
Nhớ đó chân thành mộng thiết tha
Mong được nối cầu duyên mới lạ
Như đời vui đón bóng tiên sa

# Buồn Chi Em Hỡi

Buồn chi em hỡi dựa vai qua
Bão lặng tâm tư đỡ rối mà
Đừng dỗi ân tình làm buốt dạ
Chớ hờn duyên phận để tàn hoa
Ăn chơi cẩn thận đừng sa đoạ
Đối xử hiền hoà nên vị tha
Đức trọng người thương thân có giá
Sống đời vui gợi bút thư sa

# Hội An Buồn

Tôi đứng đó cơn mưa chiều chưa dứt
Tiếng còi vang tàu tách bến từ lâu
Bầu trời đen mây vần vũ em đâu
Trong chốc lát chuyến tàu đi vĩnh biệt

Mưa Hội An đông buồn thấm thiết
Đường nhỏ qua Khổng Miếu nước sông dâng
Sao em không nán lại đợi Xuân sang
Xuân rất đẹp mơ màng trên phố Hội

Em ra đi trời thêm mùa mưa mới
Để lòng anh thác lũ ngập bao giờ
Nỗi thầm yêu lạc giữa chốn hoang sơ
Theo sóng vỗ bến bờ sông Cửa Đại

Mến nhau chi để lòng đau khắc khoải
Mối duyên hờ ngây dại dạt xa xăm
Đường Chùa Cầu thưa người cảnh cũng buồn tăm
Cây đứng rủ hai hàng đen tối

Vắng em rồi bản nhạc vàng không trổi
Thuận Tình thương câu hò vọng sớm trưa
Tình cách xa nhớ mấy nói cho vừa
Màu áo trắng em ngày xưa Hoàng Thị

Nơi xa đó tình còn xanh không nhỉ
Một lần đi có hẹn gặp ngày sau
Anh về ôm gác vắng gối mây sầu
Tay vẫy với tiếng chào thay phố Cổ

Mai trở lại có tìm thăm chốn cũ
Nhặt dùm anh từng kỷ niệm ven đường
Đặt cành hoa trên nấm mộ yêu thương
Anh chôn cả tấm lòng anh tan nát

# Cái Số

Cái số sinh ra phải chịu cày
Đêm ngày hùng hục khổ thân thay
Vợ nhằn con bấu nên cam phận
Rượu gọi thơ mời chịu bó tay
Đàm đạo bút nghiên xin nán lại
Bón chăm vườn tược phải lo ngay
Lưng còng bụng trống đời tiu nghỉu
Bả hét ước gì có cánh bay

# Than

Nghèo ở phương xa sống vướng buồn
Không xe chở đón ghệ xù luôn
Đời chia hai lối thêm hờn số
Duyên xáp một đôi ngại diễn tuồng
Túi nhỏ tiền vơi tình đứt đoạn
Nhà xiêu cổng rệu gió lồng tuôn
Chẳng kêu trời đất mà than phận
Khổ cực như ri thánh cũng chuồn

# MONG

Mong lứa đôi yêu được sống đời
Đừng đời cách trở rẽ đôi nơi
Để xuân tình đoạn đơn chăn gối
Khiến hạ duyên lìa lạnh má môi
Thu lá vàng chia người ngõ lối
Đông mây đen phủ kẻ phương trời
Thân buồn trơ trọi ai hay hỡi
Cảnh cũng buồn lây năm tháng ơi

Cảnh cũng buồn lây năm tháng ơi
Trăm năm ngồi vá mảnh tơ trời
Dựng xây bến hẹn tô nguồn cội
Nói tỏ lời thề tặng má môi
Ước gặp nắng lành gom đẹp mối
Đừng gieo tình đắng phủ buồn nơi
Mộng mơ xin đến trong tầm với
Mong lứa đôi yêu sống trọn đời

# TÌNH ĐAU

Vẩn vơ một trái tim khô
Đi tìm hơi ấm tìm mô bây giờ
Để buồn lắng đọng trang thơ
Áo bay bướm lượn bến bờ ảo hư

Yêu em yêu đến bao chừ
Bóng ngoài tay với chân từ biệt đi
Đuổi đeo gặt hái được gì
Theo em lòng hứng sầu bi chập chùng

Quỳnh ơi hoa nở thủy chung
Trao ai thuốc đắng ai chung rượu đào
Uống thương uống nhớ dâng trào
Đôi vai nợ gánh ước ao tội tình

Quẩn quanh lối ngõ một mình
Chim kêu gọi bạn bóng hình nổi trôi
Bắt thang lên hỏi ông trời
Trời cao có thấu tình tôi lỡ làng

Ai quay ai bước chung đàng
Ai vui đất hứa ai tan cõi lòng
Vào Xuân mà lạnh sầu đông
Lao đao phận bạc bão dông cuộc đời

Não lòng chợt gọi em ơi
Tìm nhau chẳng thấy xa xôi nghìn trùng

# Tình Xa Cách

Anh khổ em đành quay mặt sao
Duyên ta chẳng lẽ kín tre rào
Xa ngày âu yếm lời chim sáo
Hết buổi đợi chờ thuở kiếm đao
Thân tựa bóng hờ trôi giữa bão
Tình như khói mỏng phủ ven ao
Sáng còn tối mất đời chao đảo
Xa cách người dưng hận uất trào

Em ơi vắng đó biết làm sao
Ngõ trước đường sau bóng chắn rào
Viết cánh thư sầu lời áo não
Ôm vầng trăng khuyết kiếp lao đao
Ngày đầu mến gởi câu đầm đạo
Phút cuối vui dâng nụ ước ao
Đâu ngỡ tình đi tình hoá não
Vấn vương kỷ niệm cảm dâng trào

Chúng mình quen biết hết rồi sao
Em nỡ sang ngang vượt vách rào
Quên kẻ nghèo nàn nơi xóm đạo
Kiếm người hiển hách chốn binh đao
Nên tình chẳng thuận tình thay áo
Khiến mộng không thành mộng lội ao
Ướt đẫm thân chiều buông điệu sáo
Hót ai vui để lệ mi trào

## Số Khổ

Số khổ lên trời khổ cứ theo
Ai ơi buồn quá phận tôi nghèo
Thiếu cơm đói bụng gan lòng réo
Bạc áo còng lưng thân xác teo
Bạn ngoảnh nhà không chân bước vẹo
Em xù tình chẳng mộng bay vèo
Lạnh lùng đời héo trôi bao nẽo
Tội kiếp con người gió bão đeo

## Nghe Đồn

Nghe đồn quán nước mở bên sông
Đây cũng tìm vô uống ấm lòng
Trong dọn ghế ngồi riêng lắm chỗ
Ngoài chưng hoa nở đẹp nhiều bông
Anh vui chị đẹp ra chào khách
Bánh ngọt trà thơm bán kiếm đồng
Cô chủ thật thà nhìn dễ mến
Mến tình vương biết trả sao xong

## TẾT

Tết chờ Tết đợi đến rồi em
Non nước sáng bừng cơn nắng lên
Xe cộ giao hàng bươn lắm ngã
Nhạc Xuân trỗi tiếng vọng bao đêm
Cây giăng mắc ảnh vây đô thị
Phố nở rộ hoa tỏa ánh đèn
Rộn rã hội hè chen tiếng trống
Đông người tham dự hát chung bên

## TẾT QUÊ

Em giờ nơi đó có vui em
Phải nắng quê mình sáng rộ lên
Pháo đỏ mai vàng chưng xóm ngõ
Biển xanh mây trắng quyện ngày đêm
Lên chùa cô gái xin xăm số
Vào miếu chàng trai thắp nến đèn
Cầu phận duyên lành đời phấn chấn
Sống hiền ở khoẻ nói cười bên

# Mưa Rơi

Mưa rơi chi lắm giọt mưa ơi
Thấm đất in tim lạnh nẽo đời
Trơ trọi đau mình thương kiếp đọi
Bần thần lạ xứ để thân trôi
Trôi trong thế sự đầy tăm tối
Rớt giữa hư vô lắm ngậm ngùi
Khổ được ai thương chia sớt với
Cho lòng ấm lại bớt đơn côi

# Làm Thơ

Làm thơ dở sửa chán tôi ri
Đọc lại đọc qua thấy thiếu gì
Đó chữ tỏ bày không hợp ý
Đây câu viết soạn chẳng đồng khi
Chỉnh sai lấy đúng rèn tâm trí
Nhận lỗi làm vui giữ phận nghì
Bè bạn tương thân chung nghiệp dĩ
Xây đời tươi sáng xoá sầu bi

# Yêu

Yêu sao thảm não đến nhiều ri
Xé toạt hồn đơn biết nói gì
Đêm thở ngày than không toại chí
Trán nhăn mặt ngoảnh chẳng mừng khi
Thơ trao lời viết câu ăn ý
Bóng biệt người đi phận lỗi nghì
Thương nhớ lâu dài thân giấu kỷ
Mỗi thời mỗi cảnh nặng ai bi

# Ý Chẳng Cùn

Đối hoạ câu biên ý chẳng cùn
Bên đèn leo lắt dáng ngồi thun
Mong đời phấn chấn quên thân bạt
Ước sức bền dai tránh phận rùn
Em thảo bài thơ lời ấm dệt
Anh hoà khúc nhạc mộng tươi vun
Tâm tư bày tỏ qua dòng chữ
Tô thắm tình ta có hạp hùn

## Ôm Bóng

Ôm bóng u buồn ngấm chẳng tan
Lứa đôi ngăn cách nhuỵ hoa tàn
Mộng không tốt đẹp tâm hờn dỗi
Tình chẳng vuông tròn phận trái ngang
Một thuở quen em đời sóng dậy
Bao lần cách mặt lệ mi tràn
Ta đây người đó còn chi nữa
Còn chỉ thơ sầu đông lạnh chan

## Xin Cám Ơn Người

Sáng ra mở nét thấy vui ờ
Xin cám ơn người ghé đọc thơ
Tình gởi xây tình đâu bỏ lỡ
Lễ ghi đáp lễ khó làm ngơ
Tựa hoa đón gió hương vờn ngõ
Như ruộng gặp mưa lúa trổ bờ
Viết chữ lời hay tâm ý rõ
Nhớ lâu quên lãng chẳng bao giờ

# Buồn

Buồn quá thơ ơi biết viết gì
Mối tình dang díu có còn chi
Tủi thân dẫm bước đời sai hướng
Ngán cảnh chia duyên kiếp lỡ thì
Chẳng đến chung đường sao rõ phận
Không nêu cùng ý lại trồng si
Người xa xa lắc ôm hình bóng
Mang khổ trăm năm giữ đạo nghì

Mang khổ trăm năm giữ đạo nghì
Suốt đời bám chặt mối tình si
Nhớ em phone gọi lời ươm mộng
Thương bậu môi dâng nụ đắm thì
Sống chẳng gần bên đau đớn lạ
Đi thì cách lối sướng sung chi
Tâm tư dằn vặt ai chia đoạn
Buồn quá thơ ơi biết viết gì

# Phận Gái Truân Chiên

Phận gái truân chiên tự lúc đầu
Yêu người trai rước khổ về sau
Tuổi xuân mới chớm đà phai sắc
Áo cưới vừa mang đã bạc màu

Một chuyến xe đi ôm gối chiếc
Ngàn câu thơ viết khắc tình sâu
Cầu duyên gãy nhịp thôi đành chịu
Sống vậy thờ chồng vẹn nghĩa nhau

# Trăng Cô Đơn

Trăng lạnh trăng buồn cứ oán than
Người đi dáng ẩn khuất non ngàn
Xa câu thơ nhạc lời bay bổng
Biệt thuở vàng son hương tỏa lan

Đồi vắng thông reo tình réo tưởng
Suối êm gió thổi bóng nhoà tan
Đêm khuya trăng lặng mang thương nhớ
Về chốn hư vô gãy khúc đàn

# Mộng Du

Đêm say giấc điệp khiến hồn du
Chắp cánh tìm em giữa chốn mù
Lãng đãng sương vờn cơn mộng dữ
Hắt hiu gió dập mối tình lu
Nghe câu vọng cổ ngâm ư hử
Thoảng tiếng ru nôi hát ví dù
Thức giấc thấy buồn thân lữ thứ
Đời vàng vọt tựa cảnh mùa thu

# Thương Nhớ Ai

Buồn thân lãng tử bước phiêu du
Lạc dấu yêu xưa tận chốn mù
Ngày dõi bóng hình trong xóm cũ
Đêm chờ duyên kiếp giữa trăng lu
Phận theo ngõ phận cam lòng nhủ
Mây trải đường mây vướng nợ dù
Đau khổ lạc loài không chốn trú
Một người thương nhớ mãi ngàn thu

# Thơ Và Quê

Thấy bạn làm thơ xiệng lắm rùi
Tiến thì tôi viết chẳng hề lui
Xin đề đôi chữ cho vơi tủi
Mong thảo vài câu để trọn vui
Kiếm mãi lời kêu lo kẻ xúi
Sửa hoài dấu trật sợ ai cười
Tính chi cũng thế thôi đành gởi
Để có tên mình giữa đám chơi

Quẩn quanh đất khách số ri rùi
Gì quý hơn thời năm tháng lui
Dạo xóm dạo làng chân bước mỏi
Có cha có mẹ số còn vui
Bà con xa cách tìm lui tới
Bè bạn thân quen thích giỡn cười
Nghĩ đến cội nguồn đau xót vợi
Thương mình nằm quạnh vắng người chơi

# Thơ Tôi

Thơ tôi viết chậm đợi ai coi
Chán tựa hoa rơi pháo tịt ngòi
Dăm chữ bâng quơ tìm kẻ gởi
Đôi lời thô thiển nghĩ mình oai
Nói trao ước vọng vun duyên mãi
Bày tỏ tâm tư nhớ bóng hoài
Thôi cũng qua khi lòng trống trải
Buồn mình tự giải chớ nhờ ai

Biết thơ tôi dở ít người coi
Thôi giữ riêng vui cái thiệt thòi
Sợ rủi duyên em đâu dám nói
Ngại phai tình bạn chẳng đành xoi
Đó to người đẹp xua thân oải
Đây nhỏ tình non thủ phận còi
Thế sự phiêu phiêu mờ phải trái
Cân đâu đo thử cõi lòng ai

# Bạn Đường Ơi

Có vui không đó bạn đường ơi
Nhớ nước nhớ nhà nhớ mọi nơi
Mộng cũ xanh xao chờ nắng rọi
Tình đen bạc bẽo thấm mưa rơi
Noel cảnh rộn đau riêng lối
Năm mới người đông lẻ một đời
Đây khổ xin ai chia xẻ với
Để đời lắng dịu bớt đơn côi

# Tình Cô Đơn

Trở mình thức giấc gọi yêu ơi
Thiếu phụ cô đơn đổ lệ đời
Tóc xoã thả bay lời ước rối
Chân rời chấp nhận mộng buông trôi
Bốn bề gió lộng ru đơn lối
Một cõi trăng tan rụng nửa vời
Héo hắt cõi lòng lâu chẳng nói
Mối tình dang díu khổ chơi vơi

# TÌNH XA

Ân tình em kiếm ở đâu ra
Sung sướng người đây nước mắt oà
Oán trách để lòng sau trước lạ
Mến thương nối cặp dưới trên hoà
Mối chờ xây mộng rơi băng giá
Đôi gãy chia đời ngẫm xót xa
Lẫn lộn yêu hờn trong thật giả
Có đau mới hiểu dạ người ta

Ai xuôi đời rẽ giữa mình ta
Mến lắm yêu nhiều cuối cũng xa
Quen biết chưa lâu buồn trở lạ
Cánh chia quá ngặt khó gây hoà
Đau lòng bạn lạc nên duyên xoá
Bạc số thân trôi rước lệ oà
Thôi thế thế thôi tình hoá đá
Trông chờ chi mệt nhớ nhiều ra

# Tình Đau

Mai đời trôi nổi biết về đâu
Để lại trong tim một mối sầu
Ừ hử câu thơ chào đón trước
Ơ hờ chén rượu tiễn đưa sau
Hương thừa nhuỵ rã tình phai sắc
Tuổi luống duyên tan mộng úa màu
Thương nhớ ôi lòng thương nhớ lắm
Bóng ai biền biệt khuất ngàn dâu

# Tình Trong Mưa

Tim sầu đây bán bán ai mua
Trong lạnh ngoài băng tuyết lạnh hùa
Tình lỡ nên tình ôm trái đắng
Mộng trôi thành mộng ứa mùi chua
Em đường em bước sương mờ phủ
Anh hướng anh đi nắng héo đùa
Mỗi ngã mỗi buồn đâu biết trước
Nẽo đời cứ bước bước trong mưa

# Em Đã Đi Rồi

Có một người đi vẫy phố phường
Chân son rải dấu đến ngàn phương
Vắng quê bịn rịn lòng xao xuyến
Xa mẹ hiền từ dạ vấn vương
Gió thổi lạnh căm vùi bến đợi
Gác nằm im ỉm ngóng người thương
Chim trời vỗ cánh về nơi lạ
Tình nghĩa xưa còn đọng phấn hương

Em đã xa anh biệt xóm phường
Về khung trời lạ để buồn phương
Héo vàng lá rụng thu tàn dỗi
Lạnh tím thơ để lệ xót vương
Kỷ niệm êm đềm gieo sắc nhớ
Tình yêu mờ mịt rã màu thương
Hai nơi hai cảnh đời oan nghiệt
Kẻ khổ mất người kẻ thắm hương

# Tình Lận Đận

Đường về cố quận khói mù bay
Đời đứa mỗi nơi tội chốn nầy
Ôm bóng ảo hư lòng quặn thắt
Dõi người xa vắng mộng tìm say
Hay mơ hay tưởng thêm buồn lắm
Cứ nhớ cứ thương rước khổ đầy
Biết đến bao giờ quên bóng cũ
Khỏi tình lận đận quấy hồn đây

Sáo đã sổ lồng sáo vụt bay
Mây trôi gió lộng lạnh nơi nầy
Người đi xứ lạ quên lời hứa
Tôi mượn rượu sầu uống chén say
Tối viết câu thơ tràn giấy đậm
Ngày nghe tiếng nhạc nhói tim đầy
Tình ơi dang díu chi thêm bận
Ai thỏa thuê lòng ai khổ đây

# Hãy Quên Em Nhé

Hãy quên em nhé chớ buồn chi
Tình thoáng mây bay có nghĩa gì
Duyên đến phũ phàng đau phận lẻ
Mộng xây dang dở héo lòng si
Trăm năm hụt hẫng mi chan lệ
Một kiếp đa đoan tuổi lỡ thì
Đời vướng bể dâu đầy gió bụi
Thôi đành im lặng tiễn người đi

Thôi đành im lặng tiễn người đi
Thơ gởi cho nhau đã trái thì
Tình chẳng chung tình nên nuốt đắng
Mộng không tròn mộng phải trồng si
Nuôi hy vọng ảo đời thêm khổ
Nhắc kỷ niệm xưa phận ích gì
Cứ để thời gian gây sóng gió
Hãy quên em nhé chớ buồn chi

# Tình Xưa

Vắng em thơ viết để ai vui
Ướp mộng tìm hương đã hết rồi
Quen mặt đành xa buồn lúc gọi
Hiểu lòng lại vẫy khổ duyên trôi
Cố tìm hương cũ mùi in gối
Cứ gọi người xưa tiếng thấu trời
Tình nghĩa ban đầu tan nát vội
Ngày sau biết có hiện trong đời

Sống mình ngao ngán chẳng gì vui
Xứ lạ bà con gặp ít rồi
Đêm đến đêm nằm mơ bến đợi
Ngày qua ngày ngán tiễn tình trôi
Quẩn quanh kiếp lẻ duyên tan mối
Rối rắm quê xa dạ trối trời
Người cũ giờ đâu đâu biết dõi
Nhắc chi thêm nhọc xót xa đời

# VÀO XUÂN

Kìa mai vàng nở rộ quanh đây
Quê tiếc Xuân tươi én liệng đầy
Chùa miếu lên đèn chưng bánh trái
Trẻ già gặp mặt bắt bàn tay
Trên bờ lễ cúng người van vái
Dưới nước ghe đua tiệc đãi bày
Cầu đất Mẹ yên dân sướng mãi
Tự do no ấm thả hồn bay

Xứ lạ giờ nằm buốt giá đây
Quẩn quanh covis rải giăng đầy
Ra đường miệng bịt đi băng bước
Gặp mặt mắt nhìn gấp vẫy tay
Đến Tết hoa chưng mai sắp nở
Vào Xuân mực sắm kiễng đang bày
Nhìn quê xa tít buồn vô hạn
Thương nhớ gởi về nương gió bay

# Viếng Chùa

Uy nghi chùa đứng cạnh tầng mây
Kẻ viếng người chen khói tỏa đầy
Lẳng lặng tiếng cầu trong Phật điện
Líu lo chim hót giữa tàn cây
Em mong tình đẹp duyên không nhạt
Mẹ chúc người vui dáng chẳng gầy
Ngói đỏ nhà nhà giăng khắp chốn
Không còn nghèo đói nợ nần vây

# Đông Về

Đông về giá lạnh mảnh hồn thơ
Dõi chốn trời quê bụi phủ mờ
Mộng cũ xa lìa ai chẳng nhắc
Hình xưa ẩn hiện lẽ nào ngơ
Yêu chia đành vẫy thời ngây dại
Nhớ phải tìm quên dạ thẫn thờ
Chẳng biết mai nầy ta gặp mặt
Có còn vui kể lại thời mơ

# CÁI TỘI

Cái tội sinh ra đã thấy nghèo
Lại mang bệnh nhậu khổ hoà theo
Ngày ngày dăm chén luôn say rẹo
Tối tối vài cô mãi níu đèo
Nợ bạc không hoàn thân bị réo
Phận chồng khó trả vợ tìm reo
Tránh không khỏi nắng đời xui xẻo
Chẳng họa vô tù cũng xác teo

# TÌNH BẠN

Bè bạn xa gần chúc ở yên
Đời luôn mạnh khỏe sống vui hiền
Lưa thưa cốc điểm dăm đầu bạc
Bề bộn đêm vây những bóng huyền
Chị rẽ trời Nam xây bến nước
Anh xuôi đất Bắc kết thuyền duyên
Lại qua thư viết câu thăm hỏi
Mai gặp trao nhau những ước nguyền

# O ĐÓ ƠI

O đó ơi đây có tội gì
Gieo thương nhớ bóng để trồng si
Có mô đàn lạc ngân dài lúc
Phải rứa thơ làm viết vội khi
Vun mối ân tình luôn dạ khắc
Giữ lời thệ ước suốt đời ghi
Sông Hương núi Ngự lòng vương vấn
Tôi mến người đâu thay đổi chi

Tôi mến người đâu thay đổi chi
Ấm êm kỷ niệm nặng lòng ghi
Áo bay tóc xoã chờ bao bận
Mắt liếc môi cười nhớ lắm khi
Quỳnh nở hương thơm hương ngấm mộng
Trăng soi bóng đẹp bóng vờn si
Yêu gây dạ rối âu sầu lắm
O đó ơi đây có tội gì

# Nhớ Xưa

Nhìn ảnh xưa thương tuổi xế chiều
Nhớ thời vang bóng thuở vào yêu
Nón nghiêng áo lượn che môi mỉm
Gió thổi chim vờn say nắng reo
Guốc mộc khua vang đường nhựa trải
Tiếng đàn trỗi dậy khúc tình khêu
Ngày vui mới đó đà qua mất
Để lại suy tư nét mặt nhiều

Giờ cách quê đây nhớ trước nhiều
Đêm ngồi học cạnh ánh đèn khêu
Cha biên câu liễng treo Xuân đến
Mẹ nấu nồi khoai ngắm lửa reo
Cúng miểu trống chiêng vang tiếng dội
Đãi làng trai gái tỏ lời yêu
Pháo giăng mai nở ba ngày Tết
Nhắc lại càng thương tuổi xế chiều

# Thơ Tình

Thơ tình em viết gởi cho ai
Say với người đây ngóng khổ dai
Mơ mộng lỡ làng xây ảo tưởng
Nhớ thương sâu đậm chịu u hoài
Bao lần tay gối sao mau nản
Một thuở tình trao đâu dễ phai
Đập kiến tìm hình hình chẳng thấy
Thấy chăng mưa phủ tháng năm dài

Trằn trọc thâu đêm lụy nhỏ dài
Một thời quen biết chẳng hề phai
Câu thơ trao gởi yêu thương lắm
Giọng hát ngân nghe luyến tiếc hoài
Tình giữ trong tim tình hứa đậm
Mộng rơi ngoài ngõ mộng tìm dai
Ngày xưa kỷ niệm in tâm khảm
Sống lẻ tôn thờ bóng dáng ai

# Nhớ Người

Thương bóng em đi khuất giữa trời
Tơ hồng chùng nát chẳng tròn đôi
Thơ ghi trên giấy mang buồn vợi
Tình giữ trong tim thấy khổ bời
Ước vọng đâu còn neo bến đợi
Ái ân đã hết thả dòng trôi
Chim kêu bạn lạc vang đường lối
Tím cả lòng đây nhớ một người

Tím cả lòng đây nhớ một người
Quen rồi xa tựa áng mây trôi
Quỳnh ơi hoa nở ai vùi vội
Hạ hỡi mùa tan sắc rã bời
Tình đợi sao tình ôm lẻ gối
Mối xây phải mối vướng sầu đôi
Nằm chi đất khách xa nguồn cội
Thương bóng em đi khuất giữa trời

# Trở Giấc Buồn Thiu

Buồn thiu trở giấc giữa đêm mờ
Đã rối trong lòng sợi chỉ tơ
Rã rượi vào đời buông tiếng thở
Âm thầm cất giọng đọc trang thơ
Hình ôm nghiêng ngã thêm thương nhớ
Mộng giữ cam đành đoạn ước mơ
Có phải tại mình vương mối khổ
Tình dang díu nặng chẳng ai chờ

Tình dang díu nặng chẳng ai chờ
Ngoảnh mặt nhau rồi hết mộng mơ
Áo não đêm dài ôm mối nợ
Âm thầm phận lẻ dệt tình thơ
Thôi chào kỷ niệm lời ghi vở
Đã chịu duyên phần kéo xẻ tơ
Chán ngõ yêu thầm không hé mở
Để thân trở giấc giữa đêm mờ

# TÌNH XA CÁCH

Tôi biệt tin người nhớ thiết tha
Vội xa thời bắt bướm tìm hoa
Môi sầu ruột héo thân chao đảo
Gối lẻ phòng đơn lệ vỡ oà
Đôi lạc bước lo buồn phận dỗi
Mối ngăn tơ đoạn khổ tình va
Lời yêu nói khó phai vàng đá
Rơi gió sương in bóng nhạt nhoà

Nhoà nhạt bóng in sương gió rơi
Đá vàng phai khó nói yêu lời
Va tình khổ đoạn tơ ngăn mối
Dỗi phận buồn lo bước lạc đôi
Oà vỡ lệ đơn phòng lẻ gối
Đảo chao thân héo ruột sầu môi
Hoa tìm bướm bắt thời xa vội
Tha thiết nhớ người tin biệt tôi

# Tình Thương Nhớ

Đường rẽ phận ngăn lệ nhỏ đời
Tưởng mơ hình bóng nặng sầu tôi
Hương vò mặt khuất đời trăn trối
Hướng lạc duyên chia phận rã rời
Vương nợ đôi lìa đành hỏng mối
Vướng yêu lòng quặng khiến im lời
Nường ơi biệt vẫy chi xa vội
Thương nhớ ôm tình nghĩa nổi trôi

Trôi nổi nghĩa tình ôm nhớ thương
Vội xa chi vẫy biệt ơi nường
Lời im khiến quặng lòng yêu vướng
Mối hỏng đành lìa đôi nợ vương
Rời rã phận chia duyên lạc hướng
Trối trăn đời khuất mặt vò hương
Tôi sầu nặng bóng hình mơ tưởng
Đời nhỏ lệ ngăn phận rẽ đường

# THAN THÂN

Trách lắm ông tơ phụ má hồng
Để đời con gái lạnh từng đông
Duyên tàn liễu yếu nào tươi thắm
Phận lẻ chăn đơn thiếu mặn nồng
Níu mộng mộng bay nên khổ rứa
Theo người người ngoảnh có buồn không
Vô duyên đối diện tình đen bạc
Chẳng lẽ mình ri số chẳng chồng

Biết ở đâu hên kiếm phận chồng
Tránh đời cô độc bạn đường không
Hẹn thề đứt đoạn sầu tin héo
Nguyện ước buông trôi thiếu tuổi nồng
Đêm tối lạnh lùng mơ giấc điệp
Ngày dài lửng thửng đón tình đông
Buồn ơi cái kiếp hoa vô chủ
Lạc bến bờ yêu nắng chẳng hồng

# Thương Người

Thương người cách biệt tủi buồn thân
Rượu chén nâng xin sót nợ nần
Vương vấn dạ hình ôm nhớ lúc
Rã rời duyên bóng vẫy xa lần
Hương gầy mối đợi gây tình nghĩa
Bến vẫy tơ rời đoạn ái ân
Đường bụi lấm ai sầu nợ vướng
Bươn đời số khổ lệ trào dâng

Dâng trào lệ khổ số đời bươn
Vướng nợ sầu ai lấm bụi đường
Ân ái đoạn rời tơ vẫy bến
Nghĩa tình gây đợi mối gầy hương
Lần xa vẫy bóng duyên rời rã
Lúc nhớ ôm hình dạ vấn vương
Nần nợ sót xin nâng chén rượu
Thân buồn tủi biệt cách người thương

# Tình Buồn

Thơ chữ viết buồn lúc vắng ai
Thở than phần số nặng quằn vai
Chờ duyên hứng chịu lòng tê tái
Vỡ mối cam đành mộng nhạt phai
Vơ vẩn dáng tìm tim nhói mãi
Dở dang tình giấu lệ rơi hoài
Giờ đâu thấy tháng ngày ngây dại
Tơ rối lụy phiền xảy mốt mai

Mai mốt xảy phiền lụy rối tơ
Dại ngây ngày tháng thấy đâu giờ
Hoài rơi lệ giấu tình dang dở
Mãi nhói tim tìm dáng vẩn vơ
Phai nhạt mộng đành cam mối vỡ
Tái tê lòng chịu hứng duyên chờ
Vai quằn nặng số phần than thở
Ai vắng lúc buồn viết chữ thơ

# TÌNH ĐÃ MỎI

Ta người kiếp sống được bao vui
Đã mỏi rời quê vắng tiếng cười
Xa cách bóng thờ trông với đợi
Ngả nghiêng chân bước nổi cùng trôi
Ga chiều tiếng trỗi tình lơ mối
Má nhạt duyên lìa số rã đôi
Qua thuở trải đời lăn lóc vợi
Ba chìm bảy nổi khổ thân tôi

Tôi thân khổ nổi bảy chìm ba
Vợi lóc lăn đời trải thuở qua
Đôi rã số lìa duyên nhạt má
Mối lơ tình trỗi tiếng chiều ga
Trôi cùng nổi bước chân nghiêng ngả
Đợi với trông thờ bóng cách xa
Cười tiếng vắng quê rời mỏi đã
Vui bao được sống kiếp người ta

# KIẾP KHÔNG NHÀ

Không nhà quẩn kiếp sống buồn ơi
Rách áo lưng cơm lạnh thấm đời
Mông quạnh cháu con sầu giống nối
Vắng xa bè bạn tủi thân trôi
Nông sâu mộng gặp đâu tìm lối
Nhạt đậm tình trao chẳng nói lời
Trông mãi dáng thương lòng nhụt rối
Rong rêu phủ hẹn ước xa vời

Vời xa ước hẹn phủ rêu rong
Rối nhụt lòng thương dáng mãi trông
Lời nói chẳng trao tình đậm nhạt
Lối tìm đâu gặp mộng sâu nông
Trôi thân tủi bạn bè xa vắng
Nối giống sầu con cháu quạnh mông
Đời thấm lạnh cơm lưng áo rách
Ơi buồn sống kiếp quẩn nhà không

# Thiếu Bạn

Vơi đầy chén rượu rót buồn đây
Bạn thiếu sao vui sống tháng ngày
Lời chữ chẳng trao xây mộng nở
Chỉ tơ không kết buộc tình say
Môi bờ nhạt sắc hương xa cội
Lệ ngấn hoen mi mắt lạc bầy
Đời khổ tránh đâu tìm bến đỗ
Trôi thuyền thả bóng ịn trời mây

Mây trời ịn bóng thả thuyền trôi
Đỗ bến tìm đâu tránh khổ đời
Bầy lạc mắt mi hoen ngấn lệ
Cội xa hương sắc nhạt bờ môi
Say tình buộc kết không tơ chỉ
Nở mộng xây trao chẳng chữ lời
Ngày tháng sống vui sao thiếu bạn
Đây buồn rót rượu chén đầy vơi

# Thơ Và Nhạc

Thơ làm nhạc phổ chữ nồng say
Giữ dạ xây tình vui đó đây
Chờ bạn gởi câu nêu ý lộng
Nhắn người trao rượu rót men đầy
Tơ giăng nốt chữ tô duyên thắm
Chỉ dệt lời thơ viết vận may
Vơ vẩn nghĩ đời vay nợ trả
Mơ tìm giữ phận tốt tươi ngày

Ngày tươi tốt phận giữ tìm mơ
Trả nợ vay đời nghĩ vẩn vơ
May vận viết thơ lời dệt chỉ
Thắm duyên tô chữ nốt giăng tơ
Đầy men rót rượu trao người nhắn
Lộng ý nêu câu gởi bạn chờ
Đây đó vui tình xây dạ giữ
Say nồng chữ phổ nhạc làm thơ

# Cứ Ngoảnh

Cứ ngoảnh em ơi chớ ngại ngùng
Đi rồi xóa sạch nghĩa tình chung
Chia tay là hết dầu tim vỡ
Quay mặt thì thôi dẫu mộng dừng
Thư cũ cố xem thêm bải hoải
Ngày xưa cứ nhắc sẽ lừng khừng
Hai tên xa phóng tìm nơi sống
Chẳng giúp gì khi khổ chập chùng

# Nhớ Quê Hương

Sống ở trời xa khổ đếm ngày
Nhìn về đất tổ nhớ buồn thay
Thầy cô dạy dỗ công mang nặng
Cha mẹ dưỡng nuôi nghĩa chất dày
Chữ viết i a câu đọc rõ
Lời ru à ợi giấc tìm say
Ra đi đây đó hai phương biệt
Khắc đậm tình quê tím ruột nầy

## THƯƠNG NGƯỜI

Thương người tưởng nhớ thức đêm thâu
Biệt dáng em gan ruột héo sầu
Vương vấn mối tình ghi khắc dạ
Rối ren dây nợ gởi ràng đâu
Nương thân xứ lạ xây hình đậm
Ngoảnh mặt mày cong ứa lệ mau
Nường hỡi vẫy tay chia phút cuối
Đường ngăn lối rẽ bước lòng đau

Đau lòng bước rẽ lối ngăn đường
Cuối phút chia tay vẫy hỡi nường
Mau lệ ứa cong mày mặt ngoảnh
Đậm hình xây lạ xứ thân nương
Đâu ràng gởi nợ dây ren rối
Dạ khắc ghi tình mối vấn vương
Sầu héo ruột gan em dáng biệt
Thâu đêm thức nhớ tưởng người thương

# Ta Người

Ta người hẹn gặp nói trao chi
Khổ tiếng chung mang lợi ích gì
Qua lại bước đều trao dấu ái
Đắm say lòng nặng dệt tình si
Xa quê tuổi luống vò tim lức
Vắng bạn đêm chờ nhói ruột khi
Tha thiết ngâm cùng thơ xứ Quãng
Đà sông cảnh rộn nhớ buồn ri

Ri buồn nhớ rộn cảnh sông Đà
Quãng xứ thơ cùng ngâm thiết tha
Khi ruột nhói chờ đêm bạn vắng
Lúc tim vò luống tuổi quê xa
Si tình dệt nặng lòng say đắm
Ái dấu trao đều bước lại qua
Gì ích lợi mang chung tiếng khổ
Chi trao nói gặp hẹn người ta

# Hạ Ơi

Ai gọi ngọt ngào tiếng Hạ ơi
Nhớ ơi là nhớ thuở quen người
Hẹn hò gặp mặt dìu qua lối
Chúc tụng cầm tay nói tặng lời
Phố vắng đường dài vui bước nối
Nhà xưa mái thấp đậm tình khơi
Đó đây gặp mặt mừng bao nỗi
Kỷ niệm thân thương nhắc để đời

Kỷ niệm thân thương nhắc để đời
Bên đời bận rộn nghĩa tình khơi
Tìm quên mộng ảo giăng bao lối
Cố họa thơ vui chúc những lời
Tim đập rộn ràng tơ tưởng mối
Tình xây rạng rỡ nhớ thương người
Ngày qua xao xuyến mơ chăn gối
Đêm cứ gọi thầm tiếng Hạ ơi

# ĐỜI ĐÁNG QUÝ

Còn chút tàn hơi giữa lếch bò
Quý thời gian sống dẫu nhiều lo
Giúp thương bạn cũ buồn thân đọ
Hỏi đón người dưng khổ kiếp vò
Đêm thức làm thơ xây mộng rõ
Ngày năng đọc sách hiểu đời cho
Việt Nam chữ mẹ in tim đó
Thèm được nghe ai cất giọng hò

Đêm sáng trăng nghe vọng tiếng hò
Câu văn chữ nối dệt tình cho
Em yêu câu nói trung thành ngỏ
Anh thích bài ca hạnh phúc vò
Lời hứa gởi vui không phải dọ
Niềm tin có sẵn chẳng cần lo
Bên nhau sướng khổ đâu rời bỏ
Kết một dầu ai biểu tách bò

# Than Phận

Ngồi trách ông tơ phụ má hồng
Hẩm hiu đời gái lạnh từng đông
Hoa tàn liễu yếu nào tươi thắm
Má nhạt chăn đơn chẳng mặn nồng
Níu mộng mộng bay nghe khổ lắm
Theo người người ngoảnh có buồn không
Vô duyên đối diện đời đen bạc
Biết sống sao vui kiếm phận chồng

Biết sống sao vui kiếm phận chồng
Suốt đời bạn với chiếu gường không
Hẹn thề tan vỡ xuôi tim héo
Nguyện ước buông trôi biệt dáng nồng
Tóc bạc nhìn quanh mù dáng hạ
Thân còm ngó lại tủi tình đông
Buồn ôi cái kiếp hoa vô chủ
Lạc bến bờ yêu vắng nụ hồng

# Cám Nhà Treo

Thơ hay bạn viết thích mò theo
Thoả chí ăn chơi chẳng ngán nghèo
Hoạ ý sáng tươi xua phận héo
Xướng lời sảng khoái tránh đời teo
Tiễn già kiếm trẻ nhà tìm nẽo
Xuống ngựa lên xe tết đổ đèo
Vắng vợ vắng con không kẻ réo
Vui vầy quên thuở cám nhà treo

# Tình Bạn

Người vui ta cũng thấy vui theo
Bè bạn quen nhau tự lúc nghèo
Cốc cụng sum vầy tình chẳng rệu
Thơ làm đối đáp chữ nào teo
Sống xa vẫn nhớ tìm bao nẽo
Muốn gặp vì thương đổ lắm đèo
Chạm mặt hân hoan thăm hỏi khéo
Chong đời sáng tựa ánh trăng treo

# Đời Vắng Em Rồi

Hoa nở giữa lòng hương chẳng phai
Nhớ ôi kỷ niệm tháng năm dài
Ái ân ngọt dịu in hồn mãi
Hình bóng thân thương gợi cảm hoài
Thầm kín yêu dấu đầu bạc mái
Chân thành thương dẫu nắng hoen mai
Ngỡ ngàng tình lỡ trong ngang trái
Đời vắng em rồi vui với ai

# Tình Vu Vơ

Gặp mặt biết rồi tay vẫy ngơ
Lời sầu ý đoạn viết trang thơ
Câu hò li biệt thương dang dở
Tiếng khóc bi ai trách hững hờ
Cứ mãi theo người ôm mối gở
Nên hoài thả mộng dệt tình vơ
Đêm nghe ếch nhái kêu than thở
Tưởng tiếng mình kêu kẻ khuất mờ

# Quen Nhau

Quen nhau quý trọng lẽ nào ngơ
Gặp hỏi vui cùng xướng họa thơ
Nợ trả ơn đền luôn hớn hở
Tình xây nghĩa giữ chẳng ơ hờ
Nói năng dịu xóa điều xui gở
Ăn ở hiền xua chuyện bá vơ
Đời có bao lâu lo lắng hở
Tu thân tích đức khỏi tâm mờ

# Nhớ Xưa

Đông về xứ lạ tuyết mây bay
Lạnh lắm quê xa gió bão đầy
Cây ngã nhà tan thân bỏng cháy
Người đi kẻ ở lệ thương vây
Thơ buồn viết dở trên trang giấy
Mộng héo rơi khan giữa tháng ngày
Vọng tưởng tiếng ru lời Mẹ dạy
Chạnh lòng nhớ nước nhớ xưa thay

## Đường Thi

Đường thi đuốc rọi sáng nơi nơi
Thắp đỏ tin yêu giữa đất trời
Nắng toả bướm vờn hoa kết nối
Diều bay phượng nở gió đùa chơi
Thu tàn đông tím in tình cội
Hạ thắm xuân xanh kết nghĩa đời
Ngõ đến nhà em xa mấy đỗi
Mấy lần thơ dệt lứa đôi vui

## Người Đi

Thôi chờ chi nữa tốn thời gian
Người đã đi rồi mộng nát tan
Hạnh phúc mong manh chờ nắng tắt
Tương lai mờ mịt đợi mưa sang
Trời mang đông đến tim se lạnh
Mây cuốn xuân đi cảnh úa tàn
Thương nhớ chập chùng thương nhớ ảo
Đêm về thao thức gọi người khan

## Kiếp Hoa

Thương thân thiếu nữ một loài hoa
Thơm ngát vườn hồng hương tỏa ra
Ong bướm rập rình bay rộn ngõ
Gái trai chen chúc giỡn quanh nhà
Hạ gieo duyên thắm thân vui vẻ
Đông phủ mộng tàn cảnh xót xa
Tình đến huy hoàng rồi chợt tắt
Suốt đời hiu quạnh nhớ người ta

## Cô Bán Hoa

Có bán tình không cô bán hoa
Để lòng tôi động trải vui ra
Làm thơ tình cảm tô hình bóng
Viết chữ yêu thương dựng mái nhà
Chân thật nhờ mai xây mối thắm
Vui vầy ra sức nối duyên xa
Lứa đôi sum họp nên chồng vợ
Hạnh phúc đong đầy giữa chúng ta

## Tình Lỡ

Em đẹp xinh sao chửa lấy chồng
Đêm nằm phòng chiếc có buồn không
Phải chờ chàng bảnh nên ngày ngóng
Hay đợi mối giàu để tháng trông
Hời hợt xuân đi phai má thắm
Vắng tanh tin đến nhạt tim hồng
Hên đời con gái qua mau lẹ
Lỡ vận lỡ thì duyên hết mong

## Định Mệnh

Đâu muốn là nên vợ với chồng
Tin vào định mệnh mấy ai không
Đắm say sắc khiến lòng rung động
Tiếc nuối tình xuôi dạ ngóng trông
Thôi để ông Trời xe mối thắm
Cứ mong bà Nguyệt nối duyên hồng
Có khi hên gặp người trong mộng
Hạnh phúc sống đời thoả ước mong

# Ly Biệt

Nghĩ cảnh vô thường thấy ngán thay
Quen nhau thắm thiết lại rời tay
Người đi khuất bóng thương lòng giữ
Kẻ ở chán đời chuốc rượu say
Trời đất ngả nghiêng tan bến hẹn
Gió mưa rơi rớt cuốn tình bay
Yêu đang đỏ thắm xây huyền thoại
Nhuộm trắng màu tang phủ kiếp nầy

# Khổ

Câu thơ dòng chữ viết nơi nầy
Ghi lại cuộc tình thoáng vụt bay
Đày đoạ tâm tư hai lối rẽ
Vấn vương kỷ niệm một thời say
Em đường bước dỗi mưa giăng mắt
Anh lối đi về lệ thấm tay
Mộng thoáng xa trôi buồn chất ngất
Quen rồi giã biệt khổ lòng thay

# BIỂN

Chiều đón buồn tôi giữa biển sầu
Vắng người yêu cũ gợi hồn đau
Chập chùng gió thổi xao bờ cạn
Vội vã thuyền đi rẽ bến sâu
Tay vẫy quê nhà cam bóng lẻ
Thân về đất khách nhớ tình nhau
Xóm làng xa hút mờ trong mắt
Đã hết em ơi thuở đẹp đầu

# KHỔ

Cõi thế mênh mông cõi thế sầu
Gởi hồn vào ảo trói hồn đau
Tình xây chua chát tình rơi thẳm
Duyên đến phũ phàng duyên khắc sâu
Tim giữ một hình tim vướng nạn
Lệ rơi nhiều nẽo lệ vì nhau
Với tay cầu Phật xa tầm với
Ai có thương ai khổ tự đầu

# Hạ Nhớ

Nơi này tình vọng khúc đầy vơi
Thuở học sinh vui đẹp nhớ vời
Áo trắng vờn bay theo gió thổi
Nắng hồng rọi rộ báo hè rơi
Thoắt đây bạn cũ đà chia lối
Thoáng đó thầy xưa đã biệt đời
Phượng đỏ ve sầu đâu kiếm hỡi
Quê nhà trường lớp khuất ngàn khơi

# Nợ Tình

Nợ tình bận bịu tránh đâu đây
Kẻ đắp chăn bông kẻ lạnh đầy
Bóng dạt phương xa tìm bóng nhập
Người nằm chốn cũ đợi người say
Tìm quên dấu ái gieo đời khổ
Cố xoá nỗi lòng chứa mộng cay
Tình cái chi chi sao vướng hận
Yêu thương phủ tím trái tim nầy

# Đời Vui

Quên buồn hết khổ ở nơi đây
Có bạn tri âm mộng nở đầy
Tối tối chong đèn lên mạng dạo
Chiều chiều ra biển thả hồn say
Rượu bầu nhấm đả xua tình nản
Thơ túi ngâm vang xoá lệ cay
Ngắm cảnh núi sông đời nhẹ nhõm
Quê hương sáng rực chói lòng nầy

# Mắt Huyền

Mắt huyền em ngó ở đâu đâu
Anh ngẩn ngơ ri nghĩ rối đầu
Người chạy theo ai người mãi chảnh
Kẻ đi tìm bạn kẻ hoài đau
Cái tình đuổi bắt lòng vương ảo
Dây nợ trói giăng kiếp hải sầu
Duyên kiếp trăm năm giờ ngóng đợi
Bỏ đời ai vắng khổ vì sao

# THÔI THÌ...

Thôi nàng đi dẫu hướng về đâu
Đây cũng làm thinh khỏi bận đầu
Trọng nghĩa giữ tình không thể nản
Có trăng gặp bạn lẽ nào đau
Cố quên chuyện rối gây tâm nản
Hãy kiếm người thương xẻ chuyện sầu
Vừa vặn vung nồi vui thủ thỉ
Đêm ngày bên cạnh ấm đời sao

# MƠ

Tình ngoài dễ có biết trong đâu
Tha thiết yêu chi để nặng đầu
Tạo mối thêm phiền lo gặp khó
Tìm duyên lại ngán sợ va đau
Nói lời nhỏ nhẹ người kêu yếu
Lên tiếng bi thương kẻ quở sầu
Thôi cứ làm thơ mơ bóng ảo
Rảnh mình chuốc rượu chẳng vui sao

## Kiếp Nghèo

Trời đất âm u nắng trốn ngày
Nghĩ thương đời khổ tội mình thay
Lưng còng tay lấm lo nương rẫy
Gió thổi mưa gào rung lá cây
Ném mộng trôi theo con nước chảy
Bỏ yêu ẩn giữa áng mây bay
Giàu sang thanh thản tìm đâu thấy
Quần quật nuôi thân nợ vướng đầy

## Nghèo Mà Vui

Nghèo vẫn an tâm dệt mộng ngày
Quây quần bè bạn giỡn vui thay
Thơ đề trên giấy tươi màu ái
Nắng đổ ngoài hiên rợp bóng cây
Bướm lượn chim vờn xoè cánh nhịp
Anh đàn chị hát thả hồn bay
Đắm trong thế giới xanh mơ ước
Kết nghĩa tình thâm hạnh phúc đầy

## XIN LỖI

Rảnh rang ra phố đánh cờ chơi
Vợ réo oang oang trách lắm lời
Bực tức quay đầu la một đỗi
Nổi xùng lên tiếng nạt liền hơi
Nghĩ ra mình nóng gây nên tội
Biết được lòng đau trách bởi đời
Hối hận vào nhà xin hối lỗi
Bả cười tay nắm gọi mình ơi

## NHỚ

Nhớ ơi nhớ lắm tháng ngày xưa
Lối xóm vui chơi mấy đủ vừa
Đến rạp xem tuồng khi mở cửa
Băng gành bắt ốc lúc vào trưa

Bạn bè hội họp chia đua ngựa
Trai gái rũ rê giỡn tắm mưa
Thoáng bể dâu đời qua quá nửa
Buồn sao phận chiếc vẫn đong đưa

## Thôi

Biết rằng qua lại sướng vì yêu
Nhưng ngại mắt mờ gối lỏng reo
Nem chả ngon chừa vì mắc mỏ
Phượng loan đẹp bái dẫu buồn thiu
Ai lên ai khoái ưng chơi bội
Mình thối mình lơ chớ vướng nhiều
Hủ hỉ thân gầy lo liệu sức
Giữ thêm ngày tháng sống vui đều

## Vào Hạ

Vào Hạ nắng hồng áo trắng bay
Gặp em lòng rộn quẩn bao ngày
Câu thơ ngọt chứa yêu tim dậy
Tiếng hát cao vờn ru giấc say
Xa vắng thương dâng người có thấy
Cách lâu nhớ gợi dạ nào hay
Tình êm như nước hồ thu chảy
Rộn tiếng ve kêu phượng nở đầy

# Tình Bè Bạn

Bè bạn thân nhau ở bốn bề
Họa thơ thơ gọi nhớ thương về
Tô đời tươi thắm êm đềm lạ
Dệt mộng vuông tròn sáng sủa ghê
Gặp gỡ luận bàn duyên nợ dệt
Cách xa thăm hỏi nghĩa tình che
Bình yên ngày tháng vui thơ mộng
Tránh chuyện lăng nhăng trật bản lề

# Nợ

Nghĩ chi lắm chuyện khó trăm bề
Nợ cũ chưa xong nợ mới về
Bạc mượn trả đền lo mệt quá
Thơ biên phân giải nói buồn ghê
Muốn im lại sợ người chê trách
Định hẹn thêm phiền kẻ đỡ che
Thôi cố lầm lì khai bịnh nặng
Mong ai xem đó chuyện bên lề

## Vĩnh Biệt

Đã cách lâu rồi chẳng thấy nhau
Giờ đà vĩnh biệt bóng tìm đâu
Người nằm im ỉm mờ nhân ảnh
Kẻ sống âm thầm lặng bóng câu
Trời đất quay cuồn gieo kiếp ảo
Xóm làng đưa tiễn tỏ tình sâu
Ra đi một cõi không về lại
Thương nhớ ri ai chẳng vướng sầu

## Nhớ Quê Nhà

Ngàn năm quê cũ vẫn còn vương
Nhớ xóm làng yêu mái học đường
Vẳng tiếng mẹ ru say giấc trẻ
Vờn cơn gió thổi thoáng mùi hương
Bình minh đỏ rực soi sương sớm
Đồng cỏ xanh tươi trải dặm trường
Non nước hữu tình trông đẹp mắt
Mơ ngày về thấy ánh hồng dương

# Mình Chẳng Còn Chi

Mình chẳng còn chi để nói lời
Đừng buồn em nhé lúc chia đôi
Vẫy chào kỷ niệm nhiều thương tiếc
Rời bỏ ân tình lắm nổi trôi
Ai chẳng quên ai khi cách mặt
Bạn không tìm bạn lúc chia đời
Huy hoàng thuở gặp đầu tan biến
Đau khổ cam đanh yêu dấu ơi

Đau khổ cam đanh yêu dấu ơi
Tình yêu ngang trái có trong đời
Con đương hạnh phúc mây che phủ
Câu hát ân tình nước cuốn trôi
Cam phận nằm mình thân sống một
Chờ ai mắt lệ kiếp lìa đôi
Nặng dòng thơ oán tương tư viết
Mình chẳng còn chi để nói lời

# MỘNG

Đêm say giấc điệp khiến hồn du
Chắp cánh tìm em giữ khói mù
Lãng đãng sương vờn cơn mộng dữ
Hắt hiu gió dập mối tình lu
Nghe câu vọng cổ ngâm ư hử
Vọng tiếng ru nôi hát ví dù
Thức giấc thấy buồn thân lữ thứ
Đời vàng vọt tựa cảnh mùa thu

# BẠN

Mình còn dăm đứa nhắc tên vui
Gặp giữa trần gian nở nụ cười
Đó nghĩ quê nhà buồn dạ rối
Đây nằm đất khách tủi thân trôi
Ngày xưa kỷ niệm in muôn lối
Bạn cũ hình dong nhớ một thời
Biết có bao giờ về bến cội
Qua đò nhìn lại bóng đời tôi

# TÌM VUI

Nhiều khi muốn viết chuyện tình tui
Quên cảnh cô đơn gió dập vùi
Câu chẳng thành câu lời chẳng thuận
Chữ không ra chữ ý không vui
Đi qua đi lại suy chưa đúng
Đọc chậm đoc mau ngẫm khó xuôi
Tức quá tắt đèn thao thức nghĩ
Óc tìm mắt ngó tối thui thui

# HỎI BÁC TTH

Bàn phím bị hư hả bác kia?
Hay là bị bả vặt râu ria?
dạo này không thấy đi cà khịa
lâu lắm im ru chả tía lia
chẳng lẻ còn mừng lên chức tía?
biết chừng đang rộn ghế quan CIA?
người gian đột nhập vào chôm chỉa?
máy tính , chuột chù,cả cặp hia?
*coctia*

# Xin Trả Lời

Buồn đời dứt bỏ chuyện nầy kia
Quên thuở hào hùng râu mọc ria
Sống cảnh an nhàn xa tính địa
Tìm nơi vắng vẻ khỏi tiền lia
Chẳng màng vinh hiển đòi vai tía
Không nghĩ oai dằn mua chức CIA
Gặp bạn vui làm thơ đáp lịa
Ước cùng dạo phố có đôi hia

# Thăm Quê

Lâu ngày cứ tưởng được thăm quê
Cảnh vật vui tươi đón kẻ về
Chim lượn diều bay vờn đón gió
Chân dò mắt ngó bước qua đê
Heo kêu gà tục sân vang rộn
Em đón bạn chào dạ đắm mê
Yên tĩnh đêm nằm khơi mộng mị
Nhớ từng kỷ niệm thấy đời phê

## VẮNG VẺ

Qua Tết bạn bè gặp chắc vui
Sao nghe vắng vẻ thiếu bao người
Rượu bầu thơ túi nằm im ỉm
Dế bụi chim rừng gọi ỉ ôi
Đưa tiễn xuân đi xuân tẻ nhạt
Đợi chờ bóng lại bóng đơn côi
Biết ai tâm sự vơi thương nhớ
Quên nỗi sầu riêng giữa cuộc đời

## MỘNG HẾT

Mộng hết buồn thiu lá rụng thềm
Lạnh lùng phố vắng giữa màng đêm
Mưa rơi phủ lấp cơn mơ đẹp
Gió thổi lùa trôi giấc ngủ mềm
Cổng gãy cột xiêu tàn mái ấm
Bút cùn mực đọng vắng tình êm
Xa rồi kỷ niệm thời say đắm
Đã dứt sao lòng lại nhớ thêm

# Phận Lẻ

Dõi bóng người đi đứng trước thềm
Âm thầm nỗi nhớ đến từng đêm
Câu thơ viết gợi tình chăn ấm
Tiếng hát buông trao nghĩa đá mềm
Đâu ngỡ trời xuôi duyên chẳng thuận
Không ngờ đất khiến mộng nào êm
Đành ôm phận lẻ buồn năm tháng
Biết có mai nầy gặp đó thêm

# Tại Thiên

Đời đang thong thả ở nơi yên
Bão tố từ đâu đổ xuống phiền
Heo sấy chuồng trôi xuôi vỡ nợ
Nhà tan cửa nát khiến hao tiền
Phương xa sống lẻ thương quê tổ
Đất lạ nằm rầu trách phận duyên
Số khổ long đong thôi chịu vậy
Gặp điều tai ách cũng vì thiên

## KẾT VÒNG TAY

Lâu ngày gặp bạn chúc bình yên
Nối kết vòng tay tránh bớt phiền
Tụ bóng hình đông vui lắm lúc
Gởi tâm tư đẹp quý hơn tiền
Câu thơ đề đậm xây tình nghĩa
Tiếng nhạc trỗi đều kết nợ duyên
Chong bếp lửa hồng xua giá lạnh
Tạo đời tươi khỏi phụ lòng thiên

## VÀO XUÂN

Vào Xuân lộc phước đến muôn nhà
Én liệng bướm vờn nắng trổ hoa
Gió thổi cành chao lay sắc lá
Vai kề tay nắm gợi tình ta
Lứa đôi hạnh phúc hương hoa toả
Cuộc sống yên bình gió bão qua
Đất Mẹ biển sông xanh vẹn cả
Vui thơ phú hoạ xướng vươn đà

# Hạ Đã Đi Rồi

Hạ đã đi rồi có kẻ trông
Đất trời chuyển nặng gió mưa đong
Câu thơ thổn thức bên hiên vắng
Chữ ái co ro giữa nắng hồng
Trăng khuyết tình tan trăng vỡ mộng
Cảnh buồn người biệt cảnh sầu đông
Hãy vui chớ khóc đừng giao động
Vì mãi bên em có bạn lòng

# Tình Ngăn Cách

Ngắm hạt mưa rơi chạnh xót lòng
Nhớ thương thương nhớ mối tình đông
Người hong kỷ niệm sương giăng trắng
Kẻ đón tương lai má điểm hồng
Nơi sướng vui tươi đời nắng chói
Chốn buồn cô lẻ lệ mưa đong
Trước chung nhịp bước nay riêng lối
Tình cách ngăn rồi thôi hết trông

# Vắng Bạn

Bạn bè lắm lúc gặp chung say
Nay ngó quanh ta vắng vẻ đầy
Hy vọng rã rời vùi trước gió
Mộng mơ tàn tạ tản cùng mây
Phone kêu dăm đứa tình chia sớt
Thơ viết đôi câu chữ uốn xoay
Vui hẹn lúc nào hay lúc nấy
Quên đời mệt mỏi đắng cùng cay

# Chào Năm Mới

Tết đến hân hoan chúc mọi người
Gia đình hạnh phúc mộng vui tươi
Tương lai bền vững tiền vô túi
Tình nghĩa đậm sâu lộc nở đời
Chị đón nắng hồng khoe sắc trỗi
Anh nhìn pháo đỏ tiễn năm trôi
Quê hương êm ấm thêm bờ cõi
Già trẻ bình yên có nụ cười

## XUÂN GẶP GỠ

Gặp gỡ xuân nay rộn tiếng người
Hát hò xướng hoạ giọng giòn tươi
Thả hồn bay bổng theo sông núi
Kể chuyện say sưa kết mộng đời
Nghĩa giữ bền dầu mưa gió tới
Tình ôm chắc dẫu tháng ngày trôi
Người đâu ta đó dòng thơ nối
Sống hiểu thương nhau miệng nở cười

## VUI

Vui được người thương tặng cốc trà
Ngọt như thưởng thức một bài ca
Tình yêu dâng trọn cho bè bạn
Nghĩa vụ dành riêng với nước nhà
Uống tiễn đưa ai theo bến mộng
Ngồi thương nhớ bóng khuất thềm hoa
Đi đâu hãy gấp quay về nhé
Thiếu kẻ hoạ thơ nhớ lắm mà

# XUÂN

Xuân đến thấy đời vui thiết tha
Xuân mang nắng ấm trải quanh nhà
Xuân diều căng gió chim bay lượn
Xuân đất nẩy chồi bé hát ca
Xuân chị lên chùa xin lộc mới
Xuân em chọn bạn kết duyên ngà
Xuân gieo hạnh phúc tràn sông núi
Xuân chạnh mủi lòng nhớ mẹ cha

# TÌNH VÔ VỌNG

Pháo hồng tung nổ bên hiên mới
Để gió mưa buồn đọng giữa tôi
Thề hẹn chẳng về nên tóc rối
Ước mong đâu toại để lòng vui
Câu ca đầm ấm tan mây khói
Tiếng gọi đau thương vọng đất trời
Nước mắt đong hoài sao cứ đợi
Mối tình vô vọng cố nhân ơi

# Tình Buồn Tẻ

Em mang mộng ước về nơi lạ
Phòng lạnh chong đèn đến thức tôi
Kỷ niệm tìm về lòng mãi khổ
Tương lai nghĩ đến dạ nào vui
Bao năm biển động thuyền va sóng
Trọn kiếp duyên tan số tại trời
Nhân thế đổi thay đời biến ảo
Đâu thời tình đẹp bạn đường ơi

# Cóc Ngó

Con cóc trong hang cóc ngó ra
Thấy đời đảo lộn cảnh ta bà
Theo chân vật chất nhân tình rã
Đuổi bước giàu sang đạo lý sa
Trước mắt hào quang gồm thiệt giả
Sau lưng bóng tối trụ hư ma
Tuỳ duyên ngộ kịp thuyền tâm quá
ghé khúc giang đầu sẽ rũi xa
*Coc tia*

## Cóc Nhìn

Cóc nằm góc kín cóc nhìn ra
Thấy loạn thế gian cũng bởi bà
Ưng cặp bồ non vung nghiệp rã
Đòi chơi thuốc lạ nghiện thân sa
Tánh tình ương ngạnh chai như đá
Mặt mũi bần thần héo tựa ma
Diệu võ dương oai làm chị cả
Chồng rầu con chán muốn rời xa

## Xuân Vắng Người

Cũng muốn chung vui Tết đón người
Xuân về thiếu bạn vắng Xuân tươi
Đêm đen nhớ bậu rầu thêm tuổi
Chốn lạ tìm duyên khổ chán đời
Năm tháng xa em năm tháng đợi
Bóng hình khắc dạ bóng hình trôi
Long đong số phận làm sao nói
Tình lỡ tình đau bặt tiếng cười

# Xuân Ca

Xuân về em hát với anh ca
Xuân thắp niềm tin sáng khắp nhà
Xuân đắp nghĩa tình xinh một đoá
Xuân gieo phước lộc thắm ngàn hoa
Xuân cơn nắng rọi tình băng giá
Xuân áng mây che tuổi xế tà
Xuân của đắm yêu kêu tiếng Má
Xuân nồng trống vỗ nhịp bên ta

## X

Xuân chúc người người bên hát ca
Xuân mang tài lộc phước vô nhà
Xuân gieo mộng thắm xanh vàng đá
Xuân ướp tình nồng đỏ pháo hoa
Xuân gợi niềm thương nơi đất lạ
Xuân ru giấc ngủ lúc đêm tà
Xuân quen biết gọi hồn thơ hoạ
Xuân giữa đất trời vui có ta

# Chúc Phúc

Chôn dấu niềm riêng chúc phúc người
Bên xuân rạng rỡ nắng hồng tươi
Bóng dìu vai sánh yên vui lối
Mộng gởi tay trao đẹp sáng đời
Hướng đến ân tình vàng đá đợi
Quên đi năm tháng gió mưa trôi
Dẫu mai phiêu lạc chân trời mới
Chốn lạ nhìn nhau vẫn nở cười

# Ta Cóc Tía

Cóc tiá ta oai hơn cóc con
Tên kêu vang dội cũng nghe ngon
Trong hang thơ thẩn vài trăm lọn
Khắp núi thi từ mấy vạn lon
Ngó chỗ văn trường nhiều kẻ bón
Còn đây thôn dã lắm đồi non
Sáng chiều thong thả lo chi ngốn
Chữ nghĩa ôi cha một bụng tròn
*Coc tia*

## Cóc Tía

Cóc tía lừng danh dẫu nhỏ con
Văn thơ chữ nghĩa rõ ràng ngon
Đón xuân tài trổ vang nhiều ngón
Gặp tiệc bia tu được lắm lon
Bạn đến vui lòng nghe rộn rộn
Tình ôm kín bụng biết non non
Gặp đây xướng hoạ nương chung bọn
Thật trước quen ôi quả đất tròn

## Chúc

Chúc em xứ lạ được yên lành
Tâm vững khi đời thiếu vắng anh
Nghĩa giữ vẹn toàn tươi ý nguyện
Tình ôm đằm thắm trọn tơ mành
Thơ hoà tiếng nhạc vang rền bổng
Mộng phổ lời ca say đắm nhanh
Lả lướt dáng hồng dâng lễ lộc
Đẹp như xuân nở trái sây cành

## Sướng Quá Ta

Tuổi lớn có bồ đã lắm nha
Tù ti nơi vắng chẳng ai la
Tay quơ mắt ngó chân tìm tới
Bạc gởi tình trao ý nói ra
Xong chuyện bước dài mong lánh trẻ
Yên lòng về sớm nựng chăm bà
Chén nồng nhấm nháp ngâm thơ phú
Ngẫm nghĩ đời mình sướng quá ta

## Đi Lễ Đầu Năm

Đi lễ đầu năm phố rộn nha
Trống lân vang lẫn tiếng phèng la
Ghe đua đầu bến tay chèo đẩy
Pháo đốt quanh bờ xác toé ra
Trước miếu xin xăm lời ước trẻ
Trong chùa cầu lộc ý mong bà
Người người tận hưởng xuân tươi rói
Vui sướng dâng đầy đất nước ta

# NHỚ MẸ NHỚ QUÊ

Trải dài sóng nươc nhiêu khê
Theo cơn gió thổi đi về tìm nhau
Đi ai khổ nối nỗi sầu
Ruột xa gan tấc ruột đau chín chiều

Bình minh sáng đổ lên đèo
Yên con nước chảy xuôi theo bóng rời
Người đi mấy chục năm trời
Tiếng cười chẳng nở trên môi sớm chiều

Cách sông cách núi cách đèo
Làm sao quên Mẹ Mẹ yêu giữa đời
Xứ người khằng khặc ho hơi
Chẳng yên con tạo trở trời tìm nhau

Nhìn vùng xa lắc mà cau
Tối mờ con mắt thương đau cũng đành
Mong ngày có chị có anh
Bà con cô bác xây thành yêu thương

Cúng dường bánh trái dâng hương
Hồn theo hơi khói tìm nương ngõ về
Hỏi thăm thăm hỏi mọi bề
Nửa mừng nửa tủi thêm tê tái lòng

Xoay quanh con tạo lòng vòng
Bóng chiều nghiêng ngã còn trông đợi gì
Tết buồn Tết ở bên ni
Chuông chùa vang tiếng như khi thở dài

Chẳng nghe gà gáy bên tai
Bình minh đỏ rực bóng ai ẩn chìm
Dấu tình xứ sở cào tim
Ai còn ai mất trông tin đổ sầu

Thương lòng còn giữ cho nhau
Gặp không dễ nói làm sao tỏ tình
Mẹ già chiếc bóng điêu linh
Sáng còn tối mất sống mình đắng cay

Tha phương nhớ cội đêm ngày
Cơm và nước mắt đó đây cách rồi
Hết thời nhà cạnh biển khơi
Nằm nhìn sóng vỗ cát phơi nắng hồng

Biển chiều gió thổi mênh mông
Còng bò cua chạy nước trông xanh rì
Nhìn xa tưởng dáng người đi
Cách xa ngàn dặm nhắc chi lạnh lòng

Nhớ ngày gió nổi chiều đông
Bên nồi bánh tét Mẹ hong tóc gùi
Đêm mình quét dọn lui cui
Đèn dầu leo lắt tối thui rọi đời

Đói cơm chan nước mắm tươi
Nướng dăm hột mít ăn bùi thấm môi
Mẹ giờ ở chốn xa xôi
Nghe như Mẹ gọi nói cười giữa quê

# Chúc Mừng Noel Và Năm Mới

Năm cùng tháng tận chúc người vui
Cầu bạn gần xa có nụ cười
Lộc đến tận nhà xây mộng mới
Tiền vô đầy túi đuổi thời xui
Mẹ cha yên ấm mừng thêm tuổi
Trai gái rộn ràng sống trọn đôi
Tình chị tình anh thơ phú gởi
Non sông nước Việt sáng muôn đời

# Chúc

Chúc em xứ lạ được yên lành
Tâm vững khi đời thiếu vắng anh
Nghĩa giữ vẹn toàn tươi ý nguyện
Tình ôm đằm thắm trọn tơ mành
Thơ hoà tiếng nhạc vang rền bổng
Mộng phổ lời ca say đắm nhanh
Lả lướt dáng hồng dâng lễ lộc
Đẹp như xuân nở trái sây cành

# TÌNH VƯƠNG VẤN

Dặn lòng quên chớ thương người ấy
Sao thức năm canh dạ nhớ đầy
Em đợi bóng quen xây mối thắm
Anh ôm ruột thắt chuốc men cay
Tình trong gió cuốn tình chao đảo
Mộng giữa sóng cuồng mộng đắm say
Một thuở có nhau rồi cách biệt
Xót đau ai hiểu sớt nơi nầy

# TÌNH VẪN ĐẬM

Trải lắm phong sương số phận nầy
Vắng người đời lạnh rượu tìm say
Bơ vơ chốn lạ lê chân mỏi
Khắc khoải đêm dài thức mắt cay
Quen thuộc họ tên lòng giữ mãi
Ấm êm tình nghĩa dạ đong đầy
Mặc cho thân lẻ đời dâu bể
Bóng họa thơ làm dạo đó đây

## Tình Thơ

Đây vắng em mùa Xuân vẫn sang
Hoa tươi nắng mới héo hon vàng
Tình chia nghĩa đoạn lòng ôm mãi
Tiếng hát câu cười dạ nhớ khang
Mơ mộng ảo huyền theo chiếc bóng
Yêu thương chân thật nhỏ hai hàng
Vẩn vơ nắn bút ghi tâm sự
Ai hiểu cho tình hỡi thế gian

## Lên Chùa

Hai người chiều vắng đứng bơ vơ
Kẻ luống đau thương kẻ đợi chờ
Bao lúc đường đời trơ lối ngõ
Nhiều năm bến nước bỏ tình thơ
Mộng mơ kẻ gặp bờ môi tỏ
Thương nhớ người đi vó bụi mờ
Văng vẳng chuông ngân ai khỏ mõ
Lên chùa cô gái bỏ niềm mơ

## XUÂN XA XỨ

Lại một Xuân trôi lạc xứ người
Chạnh lòng nhớ Tết quá quê ơi
Mai vờn xác pháo bay đầy lối
Gió quyện lời thơ vọng giữa trời
Hoa bướm rỡ ràng say nắng mới
Nghĩa tình chân thật thấm lòng vui
Thương yêu mộng tưởng xanh vời vợi
Hình bóng quê hương đẹp tuyệt vời

## CHÚC MỪNG NĂM MỚI

Năm mới tìm thơ thơ cứ nhảy
Biết quà chi quý tặng em đây
Gởi câu ân ái yêu thương đậm
Chúc mối lương duyên mộng ước đầy
Ấm áp tơ hồng tay nắm chặt
Mát tươi da trắng mắt nhìn say
Cám ơn lời chúc em biên tặng
Tình giữ cho nhau trọn kiếp nầy

# Tình Xơ Xác

Yêu em lận đận khổ vu vơ
Biết có niềm vui để ngóng chờ
Khí tiết nhọc nhằn lơ tiếng gió
Tâm tình tím rịm gõ hồn thơ
Yêu xa rồi dứt tan duyên nợ
Tình đến lại đi vỡ bến bờ
Ôm mối duyên hờ xơ xác đó
Tìm đâu người đẹp tỏ đường tơ

# Nhớ Xưa

Đông về xứ lạ tuyết bay bay
Thương lắm quê xa gió bão đầy
Nhà sập gió quần cây cối gãy
Người đi kẻ ở lệ lòng vây
Thơ buồn viết dở trên trang giấy
Mộng héo rơi khan giữa tháng ngày
Vọng tưởng tiếng ru lời Mẹ dạy
Chạnh lòng nhớ nước nhớ xưa thay

# Tình Xa

Lời tạ từ chưa nói
Tình đành đoạn chia xa
Buồn đọng đầy chăn gối
Trăm năm khổ thế à

Bức nàng yêu khép chặt
Đêm ếch nhái gọi nhau
Ngoài trời mưa tí tách
Trong đèn sáng soi sầu

Nhà ai chong bếp ấm
Ta nhớ em nghẹn ngào
Tìm chung bàn tay nắm
Chỉ còn hồn xanh xao

Sáng sương giăng mờ tỏ
Mộng về trong hư hao
Phố phường xưa bỏ ngõ
Người ra đi phương nào

# Tình Tháng Chạp

Tháng chạp về lạnh giá nơi nơi
Mưa rơi rơi ướt sũng khung trời
Giọt tan vỡ trên gương đường nhầy nhụa
Xin đừng giăng buồn ướt áo em tôi

Tháng chạp gió gào mây xám quần trôi
Đây thương nhớ bóng người xa lắm
Xa trái tim yêu môi cười tay nắm
Bao giờ tình say đắm bên nhau

Thời gian đi đường sướng khổ thấp cao
Thương tháng chạp ẩn chìm vào kỷ niệm
Nay lại đến giữa hai đời mê tỉnh
Đượm tình buồn ray rức mông mênh

Xin mây tan mưa gió chớ rơi thềm
Để ta có bầu trời xanh tháng chạp
Gởi về em nắng cuối năm ấm áp
Có tình ta thơm ngát nở vui bên

# Em Nằm

Em nằm ôm giấc mộng phai
Tình đi lặng để duyên mai lỡ làng
Yêu chi yêu đắm vội vàng
Để đời hiu quạnh trái ngang mọi bề

Có đâu mà hẹn với thề
Đường ôm riêng rẽ đi về sầu tư
Tôi quen em bóng ảo hư
Tơ chùng tiếng nghẽn dây chừ lạc dây

Nhớ thương thương nhớ niềm tây
Ruột nhàu tim tím buồn xây cao tầng
Một mình ngõ bước bâng khuâng
Gió theo đường gió khuyết vầng trăng mơ

Cả yêu hai hóa dại khờ
Tình xây trên cát tình mờ chân mây
Để đời tay lạc vòng tay
Dáng đi tìm dáng vụt bay xa vời

Ngồi mình đèn rọi bóng rơi
Phương xa người có biết tôi nhớ người

# Tình

Không sống chung đôi mỗi kẻ đường
Thôi đành chấp nhận nỗi đau thương
Để thân đơn lạnh trôi bao ngã
Cam số u buồn sống một phương
Kẻ ở người đi tình ảo vọng
Trăng tan sao rụng kiếp vô thường
Trớ trêu đời chẳng như mong ước
Ngang trái ai gieo cảnh đoạn trường

# Phụ Nhau

Em cười em đẹp tựa trăng sao
Nỡ phụ anh đi kiếm mối nào
Chào hỏi ân cần không giọng đáp
Hẹn hò chân thật thiếu lời trao
Mộng vừa khắc dạ đan xanh lối
Tình vội chia tay khiến tím màu
Than thở cung đàn sai nốt nhịp
Để lòng chua xót gợi buồn nhau

## Tìm Em

Tháng ngày quen biết đẹp làm sao
Vắng bậu dò thăm hỏi chốn nào
Nhớ bóng đâu đành xua bóng rẽ
Thương tình chẳng dám ngoảnh tình trao
Đem thơ phổ nhạc câu ăn ý
Lấy đức rèn tâm nghĩa thấm màu
Dương thế bể dâu đâu chán bước
Dẫu đời cách trở vẫn tìm nhau

## Trở Về Quê

Lâu ngày rảnh muốn viếng thăm quê
Cảnh vật vui tươi đón kẻ về
Chim lượn diều bay vờn đón gió
Chân dò mắt ngó bước qua đê
Heo kêu gà tục vườn vang rộn
Em đón bạn chào dạ đắm mê
Yên tĩnh đêm nằm khơi mộng mị
Ôn từng kỷ niệm thấy đời phe

# Lâu Ngày

Lâu ngày được bạn ghé nhà chơi
Sắm sửa mồi ngon rượu ấm mời
Nâng chén nghĩa tình tu mấy bận
Trút bầu tâm sự nói bao lời
Thơ vui viết thảo luôn trao nhắn
Chí cả cưu mang mãi đắp bồi
Đối đãi tốt lành tâm phấn chấn
Mặc cho gió bão phủ quanh đời

# Mừng Hàng Xóm Đến Thăm

Sống mình hàng xóm tạt thăm chơi
Nghèo cũng rượu bia sắm cỗ mời
Kể lúc viếng chùa thiên đoán vận
Nói khi thăm điện thánh khen lời
Tình nồng vững chắc thân đeo giữ
Mộng ấm vui tươi đất đãi bồi
Cùng nhắc chuyện xưa vui quá sá
Thơ ngâm phú họa rõ yêu đời

# Yêu Ai

Tôi mãi yêu người yêu lứa đôi
Nhưng yêu bày tỏ bởi thơ thôi
Tình thơ thước chẳng đo nên tội
Cám dỗ ai đâu để hối đời
Tôi trải lòng say với thế gian
Quý người tôi mến dẫu sang ngang
Dẫu đời trắc trở theo năm tháng
Xa đó tình đây luống phúc phàng

Tôi chẳng hờn ghen chẳng dối người
Vì người tim cũng giống như tôi
Yêu mây yêu gió yêu đồng loại
Yêu xóm làng quê cách biệt rồi
Thời có bao lăm để đợi chờ
Tình rơi trong ảo hoá thành thơ
Thơ nuôi hy vọng xây duyên nợ
Thăm hỏi thường xua ước mộng vơ

Yêu với thương người vẹn trước sau
Nuôi tình muốn dẫu khiến mình đau
Đa tình bướm lượn trong vườn dậu
Giày xéo đời hoa có lẽ nào
Người đến rồi đi tiếc mỏi mòn
Sống cùng chẳng được nhớ nhau hơn
Tim không bọc sắt tim rung cảm
Cả lúc yên vui lẫn dỗi hờn

Sau lỡ hai mình chẳng gặp nhau
Trời xuôi chi chuyện vướng tình Ngâu
Tình gieo tang tóc cho hai đứa
Dẫu chứa màu tim đỏ thắm màu

# Biển Và Mây

Biển rộng tô xinh cảnh tháng ngày
Chia bùi sẻ ngọt với ai đây
Mây bay lờ lững mây theo gió
Non nước hữu tình ôi đắm say
Biển có buồn không lúc vắng người
Mây nhớ tìm ai giữa đất trời
Mây biển một lòng yêu chẳng đổi
Chắc tình hớn hở lúc lên ngôi

Trên biển ngàn năm có mây bay
Ấm như tay nắm một bàn tay
Như mây theo gió sông ra biển
Như mối tình chung chứa mộng đầy
Biển vọng vào bờ sóng vỗ khơi
Đèn thuyền le lói thắp đêm trôi
Trôi về bến hẹn chân trời mới
Hay lấp sâu trong cát bụi đời

Mây cứ lang thang dạt về đâu
Để mùi biển mặn nhớ vì nhau
Gió ơi hãy kéo mây gần biển
Gặp để tình tươi chẳng bạc màu
Biển nước mênh mông đọng thế gian
Mây biến thành mưa chảy ngút ngàn
Tình mây biển đẹp xanh vô tận
Sao thấm mắt người giọt thở than

# Mộng Hết

Mộng hết buồn thiu lá rụng thềm
Lạnh lùng phố rủ giữa màng đêm
Mưa rơi phủ lấp cơn mơ đẹp
Gió thổi lùa tan giấc ngủ mềm
Cổng gãy cột xiêu chao mái ấm
Bút cùn mực đọng nhớ tình êm
Xa rồi kỷ niệm thời say đắm
Dõi bóng người thương gió động rèm

Dõi bóng người thương gió động rèm
Bời bời nỗi nhớ đến từng đêm
Câu thơ viết gợi tình chăn ấm
Tiếng hát ngân trao nghĩa đá mềm
Đâu ngỡ trời xuôi duyên chẳng trọn
Nào ngờ đất khiến kiếp nào êm
Thôi ôm phận lẻ cùng năm tháng
Mộng hết buồn thiu lá rụng thềm

# Tiếng Hát Hay

Cây đắng sao sinh trái ngọt mềm
Nhà nghèo theo mẹ bán chè đêm
Cất vang tiếng hát mời ai đến
Khắp nước tin truyền sáng lạng tên
Em tuổi nhỏ sao giọng hát hay
Khi ngân cao vút tận trời mây
Khi trầm xuống thấp buồn rơi đáy
Tình mẹ tình quê khéo tỏ bày

Em hát ngồi nghe lòng rã ra
Ru người thưởng thức tựa danh ca
Áo dài lướt thướt in hoa đậm
Hoa của quê hương nở trắng ngà
Kể cảnh ngậm ngùi kiếp nổi trôi
Chứa trong bài hát những lời vui
Lời ray rứt gợi thương bao đỗi
Sáng đẹp như em nở nụ cười

Mầm non mới chớm giữa cuộc đời
Giọng hiền ngọt tựa tiếng ru nôi
Thơm như lúa chín trên đồng nội
Đem đến nguồn vui với mọi người

# Nghi Chồng

Nghi chồng mèo mỡ bước dò theo
Đến ổ riêng tư xóm hẻm nghèo
Ca hát dăm cô thân ỏng ẹo
Nhảy dìu lắm cậu dáng gầy teo
Thuốc ghiền trai gái đua hơi kéo
Phòng ngủ già tơ cố sức đèo
Vướng tội ngoại tình nên lãnh sẹo
Vợ hiền mặt giận lỗi đề treo

# Tiếng Thơm

Ngày xưa cha mẹ dạy con theo
Giữ đạo phu thê chẳng phụ nghèo
Ăn ở thật thà xa kẻ ghẹo
Đứng đi chững chạc tránh đời teo
Dạ thưa lễ phép khi chàng réo
Bồng bế siêng năng lúc trẻ đèo
Rách giữ thân trong không lẹo tẹo
Xã làng mến tặng liễn thơm treo

# Tình Thứ Bảy

Thứ Bảy trời buồn nắng đổ xiêu
Nhìn hoàng hôn đỏ nhớ người yêu
Tình chưa thắm sắc trôi vàng vọt
Mộng chửa tàn canh trở hắt hiu
Lặng lẽ dáng chờ sương gió phủ
Bàng hoàng kẻ đến bướm ong reo
Đời trong giây phút đời thay đổi
Ai bỏ duyên tôi giữa chợ chiều

# Xuân

Xuân về phố vắng mộng liêu xiêu
Rượu biết tìm ai cụng tỏ yêu
Nghiên lạnh thơ cau lời héo quạnh
Nắng tàn gió rít cảnh buồn hiu
Ngã nghiêng thân chiếc còn trôi nổi
Lưu luyến tình sầu cứ gọi reo
Quen thuộc bóng hình xa vợi vợi
Thân thương kỷ niệm gợi bao chiều

# Kẻ Đói Nghèo

Tết về kẻ sướng kẻ nằm queo
Cuộc sống cô đơn bủa kiếp nghèo
Túi rỗng xe không thưa bạn réo
Áo sờn nhà thiếu vắng giường leo
Mền trời chiếu đất cam đời kẹo
Cơm chợ nước sông chịu số bèo
Ai bạc tiền dư cho kẻ yếu
Giúp người đói có tiếng cười reo

# Khổ Tại Ông

Đừng bảo bà đây phận héo queo
Ông mê gái bỏ lứa đôi nghèo
Ghe nhà mặt lánh lơ dầm néo
Cây chợ lòng ham rán sức leo
Lực bất tòng tâm xui chắn nẽo
Tiền không cháy túi tủi ôm bèo
Thế gian kẻ trách người chê khéo
Thân chẳng nên mà lớn giọng reo

# Thi Sĩ

Thi sĩ xuân về mộng đuổi theo
Tiền khô cháy túi chẳng lo nghèo
Pháo giăng chữ nghĩa đời đâu hẻo
Mai nở nghĩa tình phận khó teo
Sáng ngắm nắng hồng rơi khắp nẽo
Chiều tu rượu ấm vượt ngang đèo
Phú thơ xướng hoạ yêu nào héo
Hồn thả lưng chừng gởi gió treo

# Cám Nhà Treo

Thơ làm hay quá phải mò theo
Thoả thích ăn chơi chẳng ngán nghèo
Hoạ ý sáng tươi xua phận ẻo
Xướng lời sảng khoái tránh thân teo
Tiễn già gặp trẻ xuân mời kẹo
Xuống ngựa lên xe tết đổ đèo
Vắng vợ vắng con không kẻ réo
Vui vầy quên thuở cám nhà treo

## Yêu Là Khổ

Say đắm yêu chi giữa cõi trần
Gánh tình vay trả nợ thi nhân
Người đi bóng rủ hồn ngơ ngẩn
Kẻ ở duyên tàn mặt tối tăm
Thơ viết gởi ai hình vướng đậm
Rượu nâng nhớ bạn dạ thương thầm
Ảo hư mộng tưởng đời vương vấn
Sung sướng trời cho được mấy lần

## Đến Huế

Một ngày đến Huế đáng thương ơi
Mưa rớt như ri ướt ngập trời
Phố vắng gió gào cành rúng động
Sông im thuyền thả khách lơ mời
Tràng Tiền nón lá đều qua lại
Thiên Mụ chuông chùa cứ đổ khơi
Ngồi đợi mưa ngưng tìm bóng đẹp
Quen chi rứa khiến khổ cho đời

# HUẾ

Huế giờ cảnh lạ bạn đường ơi
Áo trắng không bay trắng giữa trời
Chợ lắm bóng cô rao tiếng bán
Phố đông xe khách réo còi mời
Người đi mãi tiếc thời vang dội
Kẻ ở hoài nghe chuông vọng khơi
Lộng lẫy ngai vàng vua một cõi
Còn ghi dấu tích rõ ngàn đời

# CÔ HUẾ ƠI

Áo tím đang chờ ai đó ơi
Dòng Hương trải phẳng rọi xanh trời
"Răng tê" du khách ưa tìm học
"Thưa dạ" cô em nói đón mời
Quen lúc rời đi thương kỷ niệm
Xa khi nằm nghĩ nhớ trùng khơi
Hình ai cậu Quãng hoài ôm ấp
Tan trống trường thi nhớ để đời*

*Thanh Huy*

** Học trò xứ Quãng ra thi*
*Thấy cô gái Huế bước đi không đành*

# BIỂN VÀ TÔI

Biển và tôi nguyện đời gắn bó
Biển mênh mông có tự ngàn xưa
Sóng lăn tăn theo gió đẩy đưa
Nước xanh mặn bốn mùa vương sức sống

Thời nhỏ biết biển yên biển động
Biển bạn thân gần gũi nhiều năm
Thiếu biển như đêm thiếu sao trăng
Ngày thiếu nắng tình lặng không duyên thắm

Chắc trời xa biển trầm tư xót lắm
Khi bão bùng sóng dậy nước triều dâng
Sống tha hương nhớ biển vô ngần
Đã ngăn cách bao lần buồn quá nhỉ

Biển đón tôi về biển tiễn tôi đi
Biển thân thiết như người bạn quý
Biển còn mãi qua nhiều thế kỷ
Chứa yêu thương mộng mị nào vơi

Biển là thơ là nhạc tiếng à ơi
Đứng giữa biển lòng vui như chim hót
Nhìn biển rộng quên thân bèo bọt
Nghe biển ru khúc hát ngọt yêu đời

# Bão Quê Tôi

Quê tôi ơi bão nổi đầy muôn lối
Bão bùng gieo tan tóc đói quanh năm
Gió cuồng rơi chôn lấp chỗ mẹ nằm
Mẹ chạy khổ ruột bầm khô nước mắt

Bão ngày đêm đến bao giờ dập tắt
Đau quê như tôi bị cắt thịt da
Một thoáng thôi người mất nát tan nhà
Cuồng dữ dội tuôn òa gây thác lỡ

Đông bão đến thường tình như món nợ
Trả bao lâu mới hết hở trời cao
Đục dòng trôi cuồn cuộn sẫm máu đào
Phơi da thịt bạc màu thâm nước lũ

Trôi sạch trắng tay bao lần mới đủ
Kiếp trẻ già ủ rũ sống chơi vơi
Đất tổ ơi hứng bao khổ phương trời
Nơi tôi lớn mẹ suốt đời chịu khổ

Qua đêm thôi quê rách người than thở
Cây trốc nghiêng đường lở quạ kêu xa
Ở đâu khi thiếu vắng một mái nhà
Tóc chị rối mắt nhòa tim héo hắt

Đất khô cằn thêm bão cuồng gieo rắc
Cảnh thương tâm chia cắt đến muôn nơi
Thiên tai ai không ruột rối lòng bời
Ai mất của nghèo đời thân nát rữa

Nước mắt mẹ đổ nhiều như cơm bữa
Chén cơm khô và khứa bấy buồng gan
Bao lần năm rơi chết chóc kinh hoàng
Đau chưa vá vết hằn lan rỉ máu

Ai chiếu đất màn trời không chỗ náu
Trĩu gánh buồn chung dòng máu màu da
Đã lắm khi lưu lạc nhớ quê nhà
Thương người khổ như là thương ta vậy

# Miếu Linh

Xưa trong làng có miếu thần linh
Thiếu nữ lên môi đoán sự tình
Mất của gọi hồn kêu trúng đích
Thiếu tình điểm mạng phải cầu kinh
Chân quơ tay vẽ ra bùa mệnh
Miệng quát vải trùm đuổi quỷ tinh
Người đến coi khen cô thánh thiện
Dâng hương đáp lễ tỏ ơn mình

# Tình Đi

Về quê tìm lại dấu chân di
Thương nhớ người xưa biết nói gì
Căn gác nằm trơ chờ nắng rọi
Hàng cây đứng rủ ngóng người đi
Câu thơ chải chuốt in ngời mực
Tiếng nhạc bâng khuâng réo lỡ thì
Một thuở yêu xanh màu ước vọng
Nay đà phai nát chẳng còn chi

## Đời Vui

Đôi mươi tuổi có bé kêu ba
Làm lụng nuôi con mặt thấy già
Đời cực gian nan nghèo chẳng sá
Thân gầy lận đận khổ nào tha
Ngày ngày bán lẻ tôm cua cá
Tháng tháng nuôi riêng vịt lợn gà
Gom được bao tiền đưa vợ cả
Gia đình tạm sống cũng vui ra

## Làm Thơ

Thơ viết đam mê chẳng có chừng
Ngồi lì đâu sá chuyện đau lưng
Xem qua thấy khoái xuôi lòng hứng
Đọc lại nghe sai sửa chữ dùng
Chép miệng gởi khen lời chọn đúng
Vỗ tay tán thưởng trí suy lung
Quen rồi hoạ khó đâu nao núng
Vui nhảy tưng tưng giống kẻ khùng

## Vào Yêu

Yêu đắm say đi chớ kể lời
Mộng mơ đôi lứa đẹp người ơi
Hân hoan tay nắm qua triền suối
Mạnh dạn chân bươn giữa chợ đời
Tình đẹp ngoài hiên nhiều kẻ với
Mồi ngon trước mặt lắm người xơi
Em là riêng của anh chờ đợi
Tròn vạnh vầng trăng tỏ giữa trời

## Cấm Cửa Cài Then

Cấm cửa cài then khoá cổng trời
Cơm nhà vợ nấu khó lòng xơi
Chân đi mệt tưởng ai chờ lối
Đất dậm buồn nghe dạ chán đời
Trách phận bọt bèo kêu mộng hỡi
Than thân sỏi đá gọi tình ơi
Chồng kêu vợ dạ bao người khoái
Đây khổ làm lơ chẳng nói lời

## Đãi Tiệc Thơ

Đêm nay đãi tiệc hội làng thơ
Đàn hát vang bên ánh điện mờ
Anh chị kề vai nâng rượu uống
Cậu cô liếc mắt gởi tình mơ
Trống khua xình xịch chào người đến
Kèn thổi tò te át lúc chờ
Bia thịt chủ mời ăn nhậu đã
Trẻ già chung dự có đâu ngơ

## Quê Tôi

Quê tôi nho nhỏ cảnh nên thơ
Rợp bóng dừa cao khói toả mờ
Uốn ngoặt sông dài băng hố chảy
Vươn chào núi thẳm chọc trời mơ
Hội hè người rộn vây ca hát
Tết nhứt đàn reo gãy đợi chờ
Chiên trống đánh vang quanh lối ngõ
Vui tình đất nước lẽ nào ngơ

# Cảnh San Francisco

Đường đến San Fan đẹp nét thơ
Dốc lên dốc xuống quyện sương mờ
Biển xanh thuyền thả lòng rung cảm
Núi thẳm cầu băng cảnh gợi mơ
Đường hẹp người đi chiều phố rộn
Quán đông đờn trỗi tối đèn chờ
Du dương tiếng hát ru lòng khách
Quay bước ra về dạ ngẩn ngơ

# Bạn Thơ

Giữ nhau người nhé mối tình thơ
Chớ để chia tay lệ nhỏ mờ
An ủi dặn dò khi lẻ bước
Vỗ về tâm sự lúc xa mơ
Câu thơ chải chuốt biên ngày đợi
Tiếng sáo du dương thổi lúc chờ
Đông đủ bạn bè vui biết mấy
Họp bàn hú tiếng dạ nào ngơ

# Nhớ Quên

Nhớ quên lẩn lộn nói gì đây
Tâm sự riêng mang chứa khổ đầy
Nhớ thuở đau lòng ôm số đoạ
Quên lần lảng trí chuốc men say
Thương câu duyên nợ vương lòng thảm
Tiếc chữ ân tình chứa mộng cay
Đời thoáng trăm năm vùi cát bụi
Thiết chi mộng ước khắc tim nầy

# Tình Ơi

Đời là bể khổ tránh đâu đây
Kẻ đắp chăn bông kẻ lạnh đầy
Bóng dạt trời xa tìm bóng hưởng
Người nằm chốn cũ đợi người say
Say quên nhân thế gieo đời nản
Nhớ trách tim lòng tạo mối cay
Tình cái chi chi sao vướng bận
Yêu thương phủ tím mảnh hồn nầy

# BÀ

Xứ lạ nâng niu quý trọng bà
Suốt ngày tác quái ỷ thân la
Trách chồng sắm sửa tiêu tiền quá
Mắng trẻ ham chơi dạo phố tà
Xe cộ hỏng hư chân hất đá
Bếp lò teo tắt miệng kêu ca
Tiếng chì tiếng bấc xui như quạ
Sống khổ như ri mấy gọi là

# NGÁN BÀ

Chân bước ra sân bẩm báo bà
Khi về không tội cũng rầy la
Thân xiêu bé bỏng người kêu lạ
Số hẩm gian truân kẻ đuổi tà
Đã hết tình thâm xuôi kiếp đoạ
Đâu còn bồ nhí tặng lời ca
Ông về tu rượu quên đời vã
Quên đắng cay ôm tức rứa là

# BIỂN

Chiều đón tôi đi giữa biển sầu
Vắng người yêu cũ kiếm tìm đâu
Chập chùng sóng vỗ xao bờ cạn
Vội vã thuyền băng rẽ nước sâu
Mắt ngó trời xa thương bóng lẻ
Thân về đất lạ nhớ tình đau
Xóm làng mất hút vờn trong trí
Đã hết em ơi thuở đẹp đầu

# TÌNH KHỔ ĐAU

Cõi thế mênh mông cõi thế sầu
Phận đời nghiêng ngã biết về đâu
Tình yêu chua chát tình rơi thẳm
Mộng ước phũ phàng mộng khuất sâu
Tim giữ bóng hình tim nhói đậm
Lệ rơi lối nẽo lệ nhoà đau
Với tay cầu Phật xa tầm với
Ai có thương ai khổ tự đầu

## SƯỚNG

Trong đời ai thoát khổ vì yêu
Sẽ sướng an lành hạnh phúc reo
Ngày có ba lần ăn ỉu ỉu
Đêm nằm sáu khắc ngủ thiu thiu
Không lo thế sự giàu sang thiếu
Chẳng ngại trần gian đói rách nhiều
Rảnh mắt môi cười chân gát tréo
Mồi ngon rượu ấm nhậu đều đều

## THÔI

Biết rằng chung đụng sướng lòng yêu
Nhưng ngại mắt mờ gối lỏng reo
Nem chả ngon chừa dầu đắc dụng
Phượng loan đẹp bái dẫu buồn thiu
Ai lên ai khoái tìm chơi bội
Mình thối mình lơ tránh vướng nhiều
Hủ hỉ thân gầy lo liệu sức
Kéo thêm ngày tháng sống vui đều

## Yêu Người

Em hoa đẹp giữa phố phường chơi
Anh mến thương thơ viết tặng lời
Xin giữ ân tình tim rực cháy
Chớ làm mơ ước gió vèo rơi
Yêu người yêu mãi không từ nản
Nhớ bóng nhớ hoài chẳng đổi vơi
Mai có dịp về thăm chốn cũ
Cầu duyên chỉ nối rượu hồng mời

## Biển Đen

Trên cao dốc núi dưới người chơi
Sóng vỗ lao xao gió gọi lời
Yêu hãy dang tay ôm cảm đến
Thương đừng quay mặt bỏ mơ rơi
Tìm thời nguyên thủy vui nào thiếu
Ngắm cảnh huy hoàng đẹp khó vơi
Cuốn hút giai nhân và mặc khách
Không phân tuổi tác Biển Đen mời

# Thiếu Nữ Ngủ Ngày

Trưa hè hây hẩy gió nồm đông
Thiếu nữ nằm chơi quá giấc nồng
Lược trúc biếng cài trên mái tóc
Yếm đào trễ xuống dưới nương long
Đôi gò bồng đảo sương còn ngậm
Một lạch đào nguyên suối chửa thông
Quân tử dùng dằng đi chẳng dứt
Đi thì cũng dở, ở không xong.

*Thơ Hồ Xuân Hương*

# Người Đẹp Ngủ Trưa

Ai nằm xây mặt hướng trời đông
Trưa gió nồm ru giấc ngủ nồng
Váy ngắn môi tươi cười đón mộng
Thân thon đào thắm lộ chào long
Xinh xinh gò má tay ưng chạm
Ươn ướt bờ mương nước đợi thông
Bỡ ngỡ nhìn say tâm dấy động
Cái tình rạo rực biết sao xong

## TÍNH

Chả phải nâng khăn sửa túi chồng
Có chồng nghèo mạt phải ngồi mong
Muốn anh nhiều của xây lầu đẹp
Kiếm kép bô trai gởi phận hồng
Người lạ khen hùng ưng tác hợp
Kẻ bên chê yếu cứ ngồi trông
Tính xuôi ngược chẳng hơn trời tính
Tình có chi mô lại mất chồng

## CHỒNG

Cám cảnh chăn đơn gọi ới chồng
Chồng theo bồ nhí biết sao mong
Để da mặt nám duyên hoen xám
Bỏ đá vàng phai má nhạt hồng
Lặng lẽ sống nhờ ôm lửa hận
Oái ăm ở tạm ngóng người trông
Biết ri sau chớ làm thân gái
Đời khỏi ưu tư tủi thiếu chồng

# Nhớ Người

Thu về ngồi ngắm lá vàng rơi
Bàng bạc mây bay chạnh nhớ người
Lá đổ bao mùa thân giá lạnh
Tình chia một thuở lệ đầy vơi
Bóng hình khắc đậm trong tâm trí
Kỷ niệm in sâu giữa lối đời
Mơ thấy em cười lòng sung sướng
Đâu ngờ mưa rớt ướt hồn tôi

Hết ngày qua lại thấy em tôi
Hai ngã xa xăm xót phận đời
Duyên kiếp nhạt nhòa tình chẳng thuận
Ái ân lận đận mộng nào vơi
Đêm trong giấc điệp đi tìm bóng
Ngày giữa trời mây đứng gọi người
Nhớ thuở ban đầu vui gặp gỡ
Bây giờ tình biệt bão bùng rơi

# Nhớ Thương

Nhìn về quê Mẹ gió mưa bay
Nhớ lắm người em dáng nhỏ gầy
Duyên nợ tàn trôi theo sóng nước
Ân tình héo dạt khuất trời mây
Hoa rơi giữa gió đau lòng lắm
Mộng vỡ trong tim xót dạ đầy
Hai ngã biệt tăm giờ ngóng đợi
Tương lai mờ mịt rối nơi đây

Người ơi quen chớ để tình bay
Vẫy biệt nhau xuôi ước mộng gầy
Bóng đổ trời xa mờ lối bóng
Mây trôi ngả rẽ tím đường mây
Dùng cơm canh nguội thương ngày cũ
Ngủ chiếu giường đơn khóc lệ đầy
Dẫu chẳng sống lâu sao nỡ ngoảnh
Nói chi tiếng nặng để buồn đây

# Em

Lâu rồi chẳng thấy bóng hình em
Mực đọng nghiêng sầu thơ vắng tênh
Áo trắng thôi bay rời phố thị
Dấu hài rẽ bước ngóng tình đêm
Nợ duyên bỏ dở xa đành đoạn
Mơ ước lìa mau nhuốm ảo huyền
Dáng nhỏ về đâu đời cách biệt
Quên câu thề hẹn lứa đôi mình

Bao giờ gặp lại hỡi người em
Nhắc chuyện ân tình thuở lạnh tênh
Xây đắp cầu thương cầu trái nhịp
Trông chờ bến mộng bến sầu đêm
Yêu thương một thuở gây buồn não
Mơ tưởng bao năm đắm ảo huyền
Kỷ niệm chắt chiu nằm héo hắt
Còn đâu lầu mộng của tôi mình

# Nạn Dịch

Nạn dịch ai đời cứ nổi lan
Đi đâu cũng khó ngủ nằm khan
Làm thơ ý cạn ra nhìn cảnh
Ngó đất quê xa cứ nhớ làng
Ngày nối theo ngày ngày vội khuất
Tuổi qua luống tuổi tuổi già mang
Bao giờ mới hết thời lo lắng
Dạo phố thăm người vui chứa chan

Thời xưa cảnh đẹp vui tràn lan
Tụ bạn đông người nói giỡn khan
Gỏi gói cá mươi ăn ấm ruột
Chân băng ruộng lúa viếng quanh làng
Khoái thời trai gái thương vừa chớm
Mến tuổi học trò yêu mới mang
Thoáng đó đời đầy năm tháng chất
Nghĩ ngày sau cuối khổ buồn chan

# Trách Phận

Thao thức đêm dài trách phận tôi
Thương em thương khó viết nên lời
Tình trong tim giữ tình trăn trối
Mộng giữa đời tìm mộng nổi trôi
Nói sợ bạn lơ ngưng tiếng hỏi
Gần e người lánh bặt câu cười
Trăm năm hạnh phúc ngoài tay với
Đeo đuổi nặng lòng mưa gió rơi

# Tình Cay Đắng

Ngồi mình thờ thẫn thấy thương tôi
Người ấy sang ngang chẳng tỏ lời
Để số không may ôm chỉ rối
Khiến đời chẳng khá chịu duyên trôi
Lạc trong vô định nào ai hỏi
Đắm giữa đau thương thiếu tiếng cười
Mai gặp làm sao ăn nói hỡi
Yêu chi yêu để dạ sầu rơi

# TÌNH RẼ

Lâu lắm ta chung sống giữa đời
Bây giờ vẫy biệt tội ai ơi
Vào ra thui thủi như mang nợ
Thiếu bạn xa quê vắng nụ cười
Hạnh phúc gia đình tan mây khói
Người đi kẻ ở cách phương trời
Ai nồng chăn chiếu xây duyên đẹp
Để khổ đau đây cả một đời

Thôi cứ ta chừ như kẻ lạ
Em vui tôi chịu lạnh lùng tôi
Xứ người lây lất không nhà cửa
Thiếu áo cơm như kẻ bụi đời
Ừ ra thế sự là như thế
Chẳng trách chi thân chỉ trách trời

## Anh Với Em

Anh với em gần hiểu tính nhau
Số nghèo lận đận khó về sau
Đất không chìu kẻ xây lầu mộng
Trời chẳng gầy duyên nối nhịp cầu
Tình cách xa lần tình đắm khổ
Nợ mang nặng kiếp nợ quần đau
Câu thề niềm ước chìm tăm tối
Nhớ mãi ngày vui buổi gặp đầu

## Tình Chẳng Vuông Tròn

Tình chẳng vuông tròn ta mất nhau
Lòng in kỷ niệm giữ ngàn sau
Tối biên thơ gởi yên bình chúc
Ngày gọi phone reo hạnh phúc cầu
Nhớ đến người xưa rơm mắt ướt
Nhìn về quê cũ chạnh hồn đau
Vào ra thân chiếc dời ngơ ngẩn
Thôi nghĩ thương chi bóng hẹn đầu

# Giữ Lòng Tin

*(Thơ Đường luật Ngũ độ thanh)*

Ở giữ lòng tin tránh chuyện ngờ
Ngày mong thấy mặt chẳng làm ngơ
Thơ đề bút họa ghi điều cảm
Bước dõi đường băng dạo cảnh mơ
Viết chữ thâm tình xua khổ đợi
Trao lời đậm nghĩa đón vui chờ
Đôi lần vắng bạn buồn tiu nghỉu
Mệt rã rời đi giống kẻ khờ

# Tình Chia

Người đi mộng rủ mấy ai ngờ
Sống giữa âm thầm dạ ngẩn ngơ
Nhấm rượu tiêu sầu quên nỗi nhớ
Làm thơ tránh khổ dệt niềm mơ
Tình chia mỗi lối đời than thở
Chỉ rã nhiều năm bóng đợi chờ
Phận lỡ yêu rồi duyên cách trở
Vào ra chẳng nói tựa thân khờ

# Tình Xa

Dạo mình trên phố nhớ người xưa
Hai cách xa nhau đã mấy mùa
Đường trải rộn ràng cơn nắng bủa
Tay cầm bịn rịn dấu chân đưa
Đời không chung lối thương bao đủ
Duyên chẳng thành đôi tiếc mấy thừa
Kỷ niệm tìm về day dứt lắm
Lòng nghe sầu thẳm tiếng vui đùa

# Tình Nghĩa Ấm

Ấm gì hơn ấm nghĩa tình xưa
Bạn gặp đàn ca rộn bốn mùa
Lối đến quê nhà nhiều kẻ đón
Chân rời đất khách lắm người đưa
Sáng ngâm thơ phú vui nào thiếu
Chiều nhấm rượu bia sướng cũng thừa
Tối thức cùng em xây ước mộng
Bên nhau sung sướng giỡn chung đùa

# TRƯỚC

Gió đi đường gió mây đường mây
Có gã trồng si nhẩm chén say
Lòng cứ đong sầu sầu chẳng dứt
Thân đành mang khổ khổ nào hay
Yêu chưa bén rễ yêu tan vỡ
Mộng mới vào tim mộng vụt bay
Thôi cũng đành lòng tình lận đận
Trách ai không thể trách thân nầy

# NAY

Tuổi chiều xếp lại chuyện rồng mây
Sức kiệt thân còm lánh chuyện say
Thui thủi vào ra mờ mắt thấy
Khó khăn đi đứng yếu mình hay
Quê xa cách biệt thương yêu dậy
Phận lẻ lạc loài nguyện ước bay
Dịch bám lây lan nhiều chán ngấy
Bình yên mong đến thế gian nầy

# Vịnh Cột Nhà

Giữa nhà sừng sững đứng im tăm
Xô đẩy đâu xiêng đụng với nhằm
Đêm chống mái tranh che mẹ ngủ
Ngày treo võng vải lắc cha nằm
Vững như bàn thạch người nhìn rõ
Thẳng tựa cây tre kẻ ngó đăm
Mưa gió bão bùng thân chẳng sợ
Giữ vui gia đạo đã nhiều năm

# Vịnh Cây Viết

Thân tròn dài mực chảy quanh năm
Thi sĩ tha hồ thả mộng đăm
Từng gởi tình yêu trên giấy viết
Đã ghi hạnh phúc giữa giường nằm
Đủ màu rạng rỡ tay đè ấn
Nhiều nét trơn tru mắt ngó nhằm
Sao chép tràn giang câu chữ đẹp
Giúp người nhớ chuyện biệt hơi tăm

## TỘI

Hai đứa đêm nay ngủ thắp đèn
Có chồng vợ đủ chuốc hơi men
Ông người rạo rực mong bồ đến
Bà trí cồn cào nhớ bạn quen
Bà bảo mến ông ông giữ hẹn
Ông kêu thương bậu bậu ưng khen
Lời qua tiếng lại ngày lên trắng
Thôi hết tình ơi tội dáng quèn

## UỐNG

Mặc vợ cùng con ở chái quèn
Uống ông hạng nhất khối người khen
Em nhìn bái phục ưng qua hẹn
Chị gặp trầm trồ muốn đến quen
Đời khoái tựa diều say gió nắng
Bạc xài như nước đổi bia men
Tiệc xong lững thững về nhà vắng
Cửa đóng người lơ thiếu ánh đèn

# Nợ

Sao mãi rối lòng những mối lo
Nợ ngày nợ tháng nhỏ thành to
Đau như dao nhọn đâm sưng thịt
Nóng tựa cây khô chụm cháy lò
Lưng ruột rượu bia ưng uống tới
Vơi tiền bài bạc muốn nhào vô
Nghĩ suy lỡ dại đời thêm tội
Cạn gạo cơm nhà ai giúp cho

# Lo

Đời vắng em rồi dạ bấn lo
Đêm nằm tìm dệt ước mơ to
Nhà dư phòng ở giăng quần áo
Đông lắm mưa bay đốt lửa lò
Trưa mở nhạc rền chen tiếng gõ
Chiều bày đồ nhậu đón người vô
Ăn chơi đã vậy đâu tìm có
Sung sướng lòng ai hiểu thấu cho

# Tình Xa

Ân tình nguôi lặng đã nhiều năm
Khơi giữa đông tàn lạnh tối tăm
U ẩn nợ duyên vùi gió bão
Long đong thân xác rã tơ tằm
Thuyền neo bến nước vui bao lúc
Lệ đổ sông tương khổ mấy lần
Lận đận cánh cò bay quạnh quẽ
Để người thương cảm nhớ bâng khuâng

Chúng mình ăn ở đã bao năm
Sao nỡ bỏ nhà đi biệt tăm
Tìm kiếm biển đông không bóng bậu
Rảo tra đất bắc chẳng tin tầm
Ấm êm đoàn tụ bình yên lúc
Ray rứt chia ly rối rắm lần
Người vội xa người tình đứt đoạn
Đây buồn nợ ái nặng vai khuân

# HẠ

Hạ về nắng đẹp chiếu qua song
Phấn bảng còn in kỷ niệm lòng
Bút mực viết trao lời mộng thắm
Lớp trường thêu dệt tiếng yêu thầm
Tuổi thơ đẹp chứa bao hy vọng
Mái ấm vui gầy lắm nghĩa nhân
Hạ mối tình đầu tôi đợi ngóng
Tan theo năm tháng nghĩ buồn không

# TÌNH BỐN MÙA

Tuần tự bốn mùa đổ trước song
Bóng ai còn chỉ ảo trong lòng
Xuân nồng viết gởi câu thơ đậm
Hạ đẹp tìm trao nụ ái thầm
Thu hứa thu xây lời nguyện vọng
Đông chờ đông biệt dáng giai nhân
Tình thay đổi lẹ tình bong bóng
Tôi chẳng trách người em biết không

# NHỚ

Mây trắng u hoài mây trắng bay
Lang thang giữa hạ đẹp bao ngày
Tình anh say đắm về trong gió
Sum họp cùng hai ai có hay
Chiều tiếc thương hoài tiếng hát say
Cụng đầu ba đứa tỏ niềm tây
Ghế ngồi chung uống cà phê đắng
Nhìn gợi nỗi lòng vui đó đây

Tôi kẻ xa giong ruổi dặm trường
Em về chốn cũ luống sầu thương
Phố đêm phố nhộn đèn mờ tỏ
Ru giữ tâm hồn ta vấn vương
Ra đi là nhớ lắm người ơi
Mưa gió bay bay cuối ngõ đời
Biết có gặp nhau ngày trở lại
Khi hoàn cảnh đặt mỗi người nơi

# Quen Em

Quen em em đẹp tuổi trăng tròn
Vang bóng một thời với nước non
Mắt sáng chân dài bờ tóc mịn
Môi hồng má đỏ dáng lưng thon
Ở bên tình đắm yêu vời vợi
Cách mặt lòng lo đợi mỏi mòn
Nếu lỡ mai đời chia lối mộng
Thiếu người trằn trọc ngủ sao ngon

# Tình Quê

Bao đêm trăng mọc khuyết rồi tròn
Sáng tỏa thôn làng ịn núi non
Sông chảy lững lờ dòng nước đục
Đường in ủ rủ bóng cây thon
Tình rời tình gặp thương vồn vã
Người ở người đi nhớ mỏi mòn
Ơn nghĩa quê nhà lòng giữ đậm
Như đời vui có bữa cơm ngon

# Em

Em buồn mắt ngó chốn mờ xa
Dõi hướng quê thương nhớ thiết tha
Đêm đổ tuyết đầy giăng lối nẽo
Gió reo đường tối phủ hiên nhà
Mềm môi héo nụ yêu hoen nhạt
Khổ kiếp sầu duyên mộng úa nhoà
Rèm lộng gió khuya đêm trắng thức
Thềm mưa giọt rớt lạnh chan hoà

Hoà chan lạnh rớt giọt mưa thềm
Thức trắng đêm khuya gió lộng rèm
Nhoà úa mộng duyên sầu kiếp khổ
Nhạt hoen yêu nụ héo môi mềm
Nhà hiên phủ tối đường reo gió
Nẽo lối giăng đầy tuyết đổ đêm
Tha thiết nhớ thương quê hướng dõi
Xa mờ chốn ngó mắt buồn em

# TÌNH ĐAU THƯƠNG

Ở đời tôi cứ buồn dai
Vui thì hiếm quẩn quanh hoài làm thinh
Chỉ đan rối rắm tại mình
Vô duyên bạc phận sống tình bơ vơ

Đêm chong đèn cố làm thơ
Dăm câu rời rạc viết mơ ảo huyền
Vật vờ tìm bóng gọi tên
Xẻ sầu tê tái kiếm tìm trăm năm

Bóng người chim cá mù tăm
Tình ôm nhạt nhẽo như tằm thiếu tơ
Đi không trở lại bao giờ
Trái yêu héo rụng ngẩn ngơ đến chừ

Tương tư ơi hỡi tương tư
Sao quên ngày cũ quên hư vô sầu
Hôm nào mới biết quen nhau
Tình trong trắng thuở ban đầu dễ thương

Phone reo mail khỏ tiếng mừng
Bây giờ hai ngã mịt mùng tối thui
Hôm nào hẹn nối câu vui
Chữ nghiêng mực tím viết đôi vuông tròn

Má môi hồng giữ sắc son
Tình nay tím ngắt vùi chôn rã rời
Vẫn da thịt vẫn dáng người
Vẫn lâu gặp lại mà đời hết thương

Chân bùn gót ngọc người phương
Bên chăn gối lạnh bên hương phấn thừa
Ước mơ vun mấy cho vừa
Thôi xin trả lại câu thưa tiếng chào

# TÌNH

Tình yêu không dễ quên đâu
Kết nhau xa cách sẽ sầu thiên thu
Tình em như quả sa mù
Vây anh sóng gió ngục tù trăm năm

Bây giờ tình có hai căn
Một căn ấm cúng một căn lạnh lùng
Làm răng để sướng vui chung
Cười tươi quấn quýt tơ cùng nhã tơ

Bao giờ cho đến bao giờ
Tình sum họp sẽ đợi chờ vì nhau
Lau chia nước mắt khi đau
Vuốt làn tóc rối cho sầu dịu vơi

Mai hai tan giữa cuộc đời
Đường trần gió cuốn mây trôi vô thường
Còn đâu kỷ niệm vấn vương
Bóng đi tìm bóng cho thương vẫn đầy

# Nhớ Mẹ

Sáng dậy nghe chim hót điệu vui
Bình minh nắng ấm phủ quanh đồi
Sống ngày thơ ấu đầy âu yếm
Bên mẹ ru con nở tiếng cười
À ợ quê hương thời bão nổi
Chén cơm manh áo thiếu bao người
Núi rừng lặn lội rơi dòng lệ
Vỡ nát tin yêu với cuộc đời

Con nhìn mòn mỏi bóng trời xa
Ôm ấp niềm mơ dựng mái nhà
Mơ vỡ hoang chìm trong ảo vọng
Mờ theo gió rít giữa bao la
Còn đây buốt giá cảnh hai nơi
Bịn rịn tình quê lạc xứ người
Bỗng nhớ quắt quay hình bóng mẹ
Bao giờ gặp lại để lòng vui

# TIẾC

Chỉ tiếc đêm dài đã vội bay
Chứ không rượu chuốc tiệc mừng xây
Chén đầy chén cạn mình tu nhảy
Giọng vút giọng hoà ta cất say
Uống để quên đời vương chán ngấy
Hát cho sập đất lấp đau đầy
Trải lòng tri kỷ yêu thương mấy
Mấy phú thơ làm rộn đó đây

# ĐÓN MỪNG

Đón mừng bè bạn ghé thăm đây
Viết những vần thơ cảm xúc đầy
Liễng phú đối trao lời hứng dậy
Bà con hẹn gặp rượu mời say
Nhắc thời dĩ vãng lòng vui thấy
Nói chuyện bây giờ nghĩa đẹp xây
Thương lỡ yêu thầm tình chịu vậy
Vậy mình tự khoái thả hồn bay

# Xa Người

Vơi đầy lệ nhỏ khóc duyên tan
Lối rẽ người xa biệt xóm làng
Rơi rớt yêu thương tình lỗi nhịp
Nổi trôi mơ mộng số chia đàn
Môi nồng dáng chạm đêm nằm nhớ
Gối chiếc đôi lìa nợ gánh than
Lời tiếng vắng đơn thân lạnh gió
Rời quê sống phận tủi ơi nàng

Nàng ơi tủi phận sống quê rời
Gió lạnh thân đơn vắng tiếng lời
Than gánh nợ lìa đôi chiếc gối
Nhớ nằm đêm chạm dáng nồng môi
Đàn chia số mộng mơ trôi nổi
Nhịp lỗi tình thương yêu rớt rơi
Làng xóm biệt xa người rẽ lối
Tan duyên khóc nhỏ lệ đầy vơi

# MAI

Đi đâu cũng nghĩ đến nàng
Nhớ bàn tay dịu mơn man da người
Đi đâu cũng nhớ nụ cười
Tiếng anh ngọt xớt rót lời mật ong

Em hiền dáng điệu thong dong
Ngày cày hai jobs lưng cong giúp nhà
Nuôi đây và cả quê xa
Qua cơn nghèo khó đậm đà mối lo

Quen em được bởi trời cho
Bên giờ dư quá bên so từng ngày
Việc hàng việc tiệm việc tây
Độc thân dỏi dắn trai vây kiếm tìm

Mới quen tim đã khắc hình
Ngẩn ngơ lo lắng sợ mình leo cây
Mới quen nếm rượu yêu say
Thiệt cười tóc muối rước cay thình lình

Em hiền má đỏ môi xinh
Nhảy bay theo có người vinh kẻ hèn
Em trong sáng tựa vầng trăng
Tôi thân phàm tục khó khăn tỏ lời

Hương yêu nhấm chát đôi môi
Lưới mê trói chặt biết thời nào ra
Sống bình yên trở phong ba
Yêu thương bịn rịn vượt qua bão cuồng

Dệt tình muộn chẳng tròn vuông
Chân hai lối bước sau còn gì nhau
Một thời vắng biết em đâu
Ngồi đây tưởng đó bóng câu mịt mùng

Cái yêu ray rứt vô chừng
Vào ra thui thủi mắt rưng ruột bầm
Đêm đen thổn thức gọi thầm
Người xa có hiểu tình câm tôi giờ

Xảy mùa dịch rối như tơ
Tìm nhau cũng khó cứ chờ mãi sao
Không qua lại rẽ chốn nào
Nghĩ lo lận đận ước ao được gì

Lứa đôi vỡ gánh trồng si
Đời thay đổi ngóng người đi mỏi mòn
Mai ơi một chút tình son
Gởi làm kỷ niệm để còn có nhau

# Em Ơi

Thôi ta xa rồi
chào nhau nhé
cười nở bao ngày
tắt trên môi
tình hết từ nay
tình quạnh quẽ
yêu em
yêu chẳng nói nên lời

Đường riêng đi đó
lạ lắm không
có vui sung sướng
mộng mơ lòng
xót xa
em cho ta đầy đặn
một mối sầu
sao quá mênh mông

Sân cỏ ướt đầy
giọt sương mai
ửng chiếu bao chừ
cơn nắng phai
nắng ơi
chớ phủ màu sương gió
lên ngõ tình sầu
thương nhớ ai

Tôi chẳng trách đời
chẳng trách thân
thân rơi giữa ảo
chịu bao lần
bao lần em ngoảnh
làm tôi mệt
ứa nặng tim lòng
lệ ái ân

Mai dỗi thôi
người quay trở lại
hỏi rằng tôi sống
có yên không
em ơi
yên cõi lòng tê tái
tình đổi thay
tôi khổ chất chồng

# PHỤ NHAU

Em cười dáng đẹp tựa trăng sao
Nỡ phụ anh đi kiếm mối nào
Đối đãi ân cần không tiếng ngỏ
Giúp lo đều đặn chẳng lời trao
Mộng vừa khắc dạ gầy xanh lối
Tình vội chia tay khiến tím màu
Than thở cung đàn rơi lỗi nhịp
Để lòng chua xót nghĩ buồn nhau

# TÌNH BẠN

Tháng ngày quen biết đẹp làm sao
Vắng bạn dò thăm hỏi chốn nào
Nhớ bóng đâu đành xua bóng rẽ
Thương tình chẳng dám phụ tình trao
Đem thơ phổ nhạc câu ăn ý
Lấy đức rèn thân nghĩa thấm màu
Sự thế đổi thay không ngại bước
Đường đời khúc khuỷu giữ bên nhau

# Ngồi Mình

Ngồi mình lòng chẳng vui chi
Vắng ngày tụ lớp có gì xốn xang
Bầy chim tung cánh họp đàn
Mặt không nhìn mặt lòng mang nỗi sầu

Cái tình nghĩa nặng khắc sâu
Tản xa bao hướng tìm nhau giữa đời
Chị ơi trong trái tim vui
Chứa bao rung cảm đầy vơi tuổi hồng

Giọng ca lời gởi tiếng lòng
Trường xưa lớp cũ người trông dáng người
Rất gần mà ở xa xôi
Thương đan nhạn lạc gặp khơi ước thầm

Chúc bè bạn sống trăm năm
Tình không chia phụng rã tằm đoạn tơ
Chị là ánh đuốc bài thơ
Là con tàu nối hai bờ đại dương

Nắng ơi xin đổ muôn phương
Pháo tung hoa nở rộn đường chị đi
Gió reo lá hát thầm thì
Hỏi chào thân mật nở khi trùng phùng

Gặp rơi nước mắt vui mừng
Chén thù chén tạc say chung chẳng nề
Nhớ ngày xưa học vui ghê
Quần xanh áo trắng đi về có nhau

Lớp ngồi nhỏ trước lớn sau
Trên thầy dạy dưới nói câu vui cười
Bảy năm lớp toán chị ngồi
Bảy năm chung học tình ôi đậm đà

Ngày mai anh chị đi xa
Nhắc về kỷ niệm vui ta nhớ hoài
Trèo rào vì lỡ thương ai
"An" lành một mối khó phai tơ "Hồng"

Vườn hoa đậu trái đơm bông
Tình yêu nở lộc thơm nồng với quê
Ngồi đây nhớ bạn bên tê
Chắc nôn nao đợi ngày về thấy nhau

Thương yêu cái thuở ban đầu
In trang giấy trắng thấm màu thời gian
Thời gian như tấm lụa vàng
Trải trong tâm khẩm đẹp sang vô cùng

# Ước Gì

Ước gì sống lại thuở xưa
Lời thương tiếng nhớ nói vừa lòng nhau
Phone reo mail gởi nối cầu
Tay dìu chân bước hát câu ân tình

Ước gì em mãi trẻ xinh
Quen nhau quyến luyến trao tình trăng sao
Kêu mình đầm ấm biết bao
Trên khuyên dưới dạ dạt dào niềm mơ

Ước gì tình hoá thành thơ
Thơ xanh trải mộng tôn thờ dấu yêu
Chứa trong lời ý mỹ miều
Anh em ngọt xớt tỏ điều nhớ thương

Ước gì chung gối chung giường
Trở về cổ tích vấn vương đêm ngày
Trải lòng em đó anh đây
Rót yêu dệt mộng đắm say men tình

Ước gì quê ở bên mình
Rợp đồng lúa chín rọi xinh nắng vàng
Từng đàn cò trắng bay ngang
Lượn theo sóng gợn đò sang đưa người

Ước gì ăn bữa cá tươi
Mẹ cha anh chị nói cười kề bên
Đêm nhìn sao mọc trăng lên
Nằm trên cát trắng biển êm vỗ về

Ước ngồi sáng sáng cà phê
Tụ đông bè bạn xa về gặp thăm
Năm nào đen sách chỉ chăm
Thấy giờ tóc bạc hoa râm hết rồi

Ước bình yên đến muôn nơi
Gái trai duyên kết nụ cười nở trong
Ước tình thừa có thiếu không
Để đời vui thỏa thuê không ước gì

# Bạn Thơ

*(Đường luật, ngũ độ thanh)*

Tìm thêm bạn hữu đời ưng lắm
Gặp gởi bao lời xây nghĩa thấm
Mực đỏ đề thơ rỡ mắt nhìn
Hoa vàng ửng nhụy in tình đắm
Câu thề giữ nặng giấy hoài ghi
Chỉ mộng phơi đầy tay mãi nắm
Chữ gởi hồi âm chúc thật lòng
Hôn nồng nụ nở môi mềm thắm

# Đợi Em

Đợi em qua ngõ mắt trông lì
Mới lớn thương thầm tâm khổ ri
Nhìn dáng đứng đi xuôi khoái dạ
Lựa lời chào hỏi định nâng bi
Cặp da nhỏ nhỏ tay măn giữ
Guốc mộc xinh xinh chân động di
Càng ngó càng say đây chính tội
Tại mình yêu vội phải lòng chi

# Ngày Xưa

Ngày xưa nghèo khó thế mà vui
Cha mẹ anh em đủ giữa đời
Chén mắm bát cơm ăn ấm bữa
Tiếng đờn điệu lý cất vui nơi
Giờ nhà quen thuộc không còn nữa
Nay giọng thân thương đã biệt rồi
Cảnh đổi thay người đi mỗi ngã
Còn đây kỷ niệm cố nhân ơi

Còn đây kỷ niệm cố nhân ơi
Phiêu dạt nơi xa tuổi luống rồi
Dõi mắt nhìn quê thương suốt kiếp
Biên thơ tìm bạn gởi nhiều nơi
Ít ai đối đáp khuyên cam phận
Chẳng kẻ vào ra sống dỗ đời
Nhắc thuở xuân xanh lòng nuối tiếc
Ngày xưa nghèo khó thế mà vui

# Phố Vắng Em Rồi

Hoa nở rộ lòng hương chẳng phải
Nhớ ôi kỷ niệm những đêm dài
Ái ân ngọt dịu cào tim mãi
Hình bóng thân quen gợi cảm hoài
Son sắt yêu dấu đầu bạc mái
Mặn mà thương dẫu tuổi cao mai
Sẽ buồn tình đoạn trong ngang trái
Phố vắng em rồi vui với ai

# Ngàn Trùng Xa Cách

Thôi mình tay vẫy mộng giờ phai
Tình đổi quen chi lệ ngắn dài
Thao thức đêm trường tên gọi mãi
Luyến lưu nghĩa đậm bóng theo hoài
Em đi biền biệt buồn thân gái
Anh ở lạnh lùng nản kiếp mai
Xứ lạ vắng người tâm bải hoải
Ngàn trùng xa cách nhớ thương ai

## Chạy Xe Đạp

Xe đạp mình anh cứ phóng lì
Lên đèo xuống dốc lượn nhanh ri
Bon bon đường thẳng nhờ dai sức
Chậm chậm ngõ cong giữ tốt bi
Êm ái một yên ngồi nhịp nhịp
Rộn ràng hai cẳng cứ di di
Sau hồi chạy suốt nghe thân mệt
Tìm giấc ngủ nồng chẳng biết chi

## Bạn Cùng Ta

Bắt cầu thân ái bạn cùng ta
Có nắng trăng sao rọi sáng nhà
Xuân thả hồn bay trên phố lạ
Hạ gieo mộng nở giữa trời xa
Làn hơi quyện ấm câu thơ thả
Điệu sáo ngân cao tiếng gió hòa
Người cảnh tương giao tình khắc dạ
Thấy đời đáng sống những ngày qua

# Nhớ Xưa

Ngồi mình nhớ lại quãng đời qua
Xúm xít anh em ở thuận hoà
Dạo nắm tay cha băng xóm lạ
Bước theo chân mẹ học trường xa
Nắng rơi chói lọi xuyên cành lá
Nồm thổi liu riu động mái nhà
Gần gũi người thân lòng ấm quá
Cảnh nào hơn cảnh đẹp quê ta

# Gặp Nhau

Bao giờ ta mới gặp nhau đây
Trao đổi tâm tư gởi mộng đầy
Mắt ngó tay choàng dìu dáng nhảy
Đàn ngân thơ viết tỏ tình say
Thơm lừng hương phấn in da ấy
Đẹp lắm duyên tơ phủ dạ nầy
Khoảnh khắc huy hoàng yêu trỗi dậy
Ngập tràn hạnh phúc thả hồn bay

## Tình Lận Đận

Đường về quê cũ khói mù bay
Cảnh mỗi người nơi tội chốn nầy
Ôm mối ảo hư duyên đổ gãy
Dõi người xa vắng rượu tìm say
Cũng mơ cũng tưởng sao buồn ngấy
Mãi nhớ mãi thương để khổ đầy
Biết đến bao giờ quên dáng ấy
Khỏi tình lận đận quấy hồn đây

## Bé Tôi Ơi

Đến ngày xa cách bé tôi ơi
Còn mấy giờ bên cứ ngỏ lời
Quen giữ quen thân trao tiếng hỏi
Yêu xây yêu đậm nở câu cười
Chớ gây tình rã xuôi tâm tủi
Đừng để duyên hờn xoá mặt tươi
Em dẫu vóc gầy hay dáng lủi
Thì anh vẫn kiếm chuyện trò chơi

## Người Ơi

Giận lâu thêm mệt khổ em ơi
Ngoảnh mặt chi nên tỏ ít lời
Dệt mối nợ duyên nêu ý rõ
Trao câu ân ái để môi cười
Ở ăn chọn cách xây đời đẹp
Bước dạo tìm đường đọng nắng tươi
Mai mốt thăm quê lòng phấn khởi
Gặp bà con vẫy ghé nhà chơi

## Quê Nhà

Xứ lạ mông lung lạnh đất trời
Nhìn về đất tổ nhớ thương ơi
Đâu bờ lau uốn khi nồm thổi
Nào bóng chim chuyền lúc nắng rơi
Kẽo kẹt lũy tre kêu vọng lối
Êm đềm giọng mẹ hát ru nôi
Dư âm ngàn thuở còn vang dội
Theo mãi nào quên giữa cuộc đời

# Nhớ Em

Đanh đoạn ra đi kẻ góc trời
Vào ra thui thủi tội người ơi
Đường qua đường vắng mong ai tới
Đêm đến đêm dài đẩm tuyết rơi
Thương nước thương nhà thân cách cội
Nhớ cha nhớ mẹ giọng đưa nôi
Ngó quanh ngó quẩn em xa vợi
Ai xẻ ai chia bớt khổ đời

# Hạ

Đừng buồn em nhé để tình bay
Khi hạ về đây đẹp tháng ngày
Gặp mặt bao năm tình cất giữ
Chia tay ba tháng mộng tìm say
Phượng rơi ve réo đây còn nhớ
Trường đợi lớp chờ bạn có hay
Kẻ ở người đi lòng bịn rịn
Lời ghi lưu bút nhớ thương đầy

# Thơ Thẩn Mà Vui

Thơ qua thơ lại giống rồng bay
Kể chuyện quen thân nối những ngày
Có mẹ có quê tình nở rộn
Thương mình thương bạn mộng vờn say
Văn đề chữ thảo biên lời gọn
Giọng hát câu hò trỗi tiếng hay
Cái vụt đời trôi người quạnh vắng
Còn chăng nghĩa đậm chứa tim đầy

# Chiếc Xe

Mới về nhà nghỉ dạ nào yên
Có chuyện bon ngay chẳng thán phiền
Xăng hết dầu khô châm đổi mới
Bánh mòn thắng hỏng vứt thay liền
Lướt bằng leo dốc không chùn sức
Chở bạn đèo em chẳng lấy tiền
Chìa khóa kè kè mang giữa túi
Chủ cần phóng tựa bị thôi miên

# Gởi Người

Trở mình thức giấc gọi yêu ơi
Thiếu phụ đêm khuya đổ lệ đời
Tóc ướt thả lơi câu hứa hẹn
Mắt nhòa giấu kín mộng buông trôi
Bốn bề gió lộng ru đơn phận
Một mảnh trăng thanh lặn cuối đồi
Héo hắt sầu lòng ai có biết
Mối tình dang díu khổ chơi vơi

Xa rồi em gái của tôi ơi
Vắng đỏ lòng se nhớ để đời
Tiếng hát tiếng cười theo gió cuốn
Lời khuyên lời bảo thả dòng trôi
Xe lăn đơn chiếc qua bao ngã
Nhà ở quạnh hiu vượt mấy đồi
Ngó quẩn ngó quanh ai chẳng thấy
Thấy mình trơ trọi xót đầy vơi

# Em

Sống chung tình trọng giữ đôi yên
Ngọt xẻ bùi chia tránh lụy phiên
Bạc của để dành nhiều cất kín
Cơm canh lo nấu chín xơi liền
Dạo chơi lối phố đùa vui tiếng
Mua sắm nồi niêu chọn rẻ tiền
Hạnh phúc có nàng đời hãnh diện
Người người khen dạ khoái triền miên

# Covid - 19

Bây giờ rảnh rỗi khó thăm ai
Nhà ở vào ra cứ thở dài
Thờ thẫn ngày trôi ăn ngủ mãi
Rủi ro cúm bám sợ lo hoài
Đồ mua tích trữ dành khi đói
Bạc lãnh dùng tiêu kiếm vật xài
Cầu dịch mau qua đời đẹp lại
Nụ cười tiếng hát nở môi dai

# Đời Là Cõi Tạm

Đêm nằm đất lạ mãi ri sao
Nhớ mẹ thương cha nước mắt trào
Phần số nổi trôi ôm bóng lẻ
Nợ nần vay mượn chất tiền cao
Người yêu đi biệt tìm đâu hỡi
Lối mộng lìa xa dạt chốn nào
Thôi đã thế thời thôi ở thế
Bạn bè đông viếng ấm đời bao

Đời là cõi tạm ở lâu bao
Dạo phố tìm vui biết chỗ nào
Nhà vắng quê xa lòng chạnh tủi
Thân gầy phận hẩm tuổi tăng cao
Thơ làm gởi bạn yêu thương viết
Mail gõ thăm ai cảm động trào
Sống được lúc nào hay lúc nấy
Gom tình kỷ niệm dệt trăng sao

# Ngày Tan Trường

Tôi buồn phố vắng nhớ ai đây
Sáng rộ đường qua nắng tỏa cây
Môi tặng nụ vui dìu lối bước
Mắt in hình cũ thấy lòng say
Lời trao tiếng gởi kêu bè bạn
Phượng nở diều bay rộn tháng ngày
Thôi vẫy cô thầy trường lớp biệt
Vơi đầy lệ thấm mối tình by

By tình mối thấm lệ đầy vơi
Biệt lớp trường thầy cô vẫy thôi
Ngày tháng rộn bay diều nở phượng
Bạn bè kêu gởi tiếng trao lời
Say lòng thấy đẹp hình in mắt
Bước lối dìu vui nụ tặng môi
Cây toả nắng qua đường rộ sáng
Đây ai nhớ vắng đó buồn tôi

# Yêu Em

Yêu em đây có một buồng tim
Bóng dạt về đâu để mãi tìm
Kỷ niệm ấm êm ngày gặp mặt
Ái ân rạo rực buổi kêu tên
Tình đi u ẩn tình trôi nổi
Kiếp sống cô đơn kiếp đắm chìm
Mail gởi phone kêu người chẳng thấy
Chỉ nghe văng vẳng tiếng sầu chim

Thôi thế duyên mình rã nhói tim
Em đi biền biệt biết đâu tìm
Một lần tay vẫy tan duyên nợ
Bao lúc lụy trào gọi họ tên
Buồn bã ấp ôm tình rối lạc
Khổ đau gánh chịu số trôi chìm
Kiếp đời oan nghiệt không như ý
Hết mộng mơ thời vui hót chim

# Đời Hết Vui

Vui hết đây lòng vướng khổ đau
Với ai bày tỏ ước mơ đầu
Nuôi tình hứa hẹn đời ôm xót
Dõi bóng yêu thương dạ rối nhàu
Người ngóng đợi duyên trao má thắm
Kẻ chia lìa mối hứng tim sầu
Vùi thân xứ lạ nhiều năm tháng
Môi nhạt gối chùng tuổi chất cao

Cao chất tuổi chùng gối nhạt môi
Tháng năm nhiều lạ xứ thân vùi
Sầu tim hứng mối lìa chia kẻ
Thắm má trao duyên đợi ngóng người
Nhàu rối dạ thương yêu bóng dõi
Xót ôm đời hẹn hứa tình nuôi
Đầu mơ ước tỏ bày ai với
Đau khổ vướng lòng đây hết vui

# Người Đi

Ngồi mình làm thơ đọc
Nhắc chuyện cũ gió mưa
Nhớ mẹ buồn chợt khóc
Bóng chẳng còn sớm trưa

Đời biết dạt về đâu
Thế sự thấm bể dâu
Người quen tuần tự vắng
Gặp có được mai sau

Giật mình đêm tự hỏi
Đâu quê hương tôi ơi
Gọi người yêu ái ngại
Thương nhớ cũng xa rồi

Tan ngỡ ngàng một mối
Cực rừng sâu lặn lội
Yêu đau lòng vời vợi
Buồn sống kiếp chơi vơi

Cô nàng tôi quen ơi
Có sung sướng trong đời
Mang tên làng yêu dấu
Chứa tình đẹp biển khơi

Chắc vui khi nghĩ đến
Chuyện mơ mộng lứa đôi
Chuyện ái ân chờ đợi
Say đắm nở nụ cười

Năm tháng dài qua mau
Cảnh xưa đổi thay màu
Ai tìm ai đứng ngóng
Hình bóng khắc đậm sâu

Giờ hai đầu xa lắc
Mặt cách mặt ưu tư
Tình khứa như dao cắt
Trên da thịt đau nhừ

Người đi không trở lại
Ta khờ dại nhớ thương
Ôm mối tình ngang trái
Lòng chứa nỗi đoạn trường

Thôi cũng đành em ơi
Sao trách chuyện đổi dời
Đó vòng tay ấm nối
Đây thầm tưởng một nơi

# Thơ Buồn

Thơ buồn viết chữ dệt tình phai
Vẫy biệt người rơi lệ ngắn dài
Hờ hững bóng ôm đau giữ đậm
Ngỡ ngàng nơi đến khổ mang dai
Tơ chùng nốt lạc đàn lơi tiếng
Mối hẩm duyên rời nghĩa đoạn mai
Thờ thẫn dáng trôi đời gối lạnh
Mơ tàn ruột thắt dạ sầu ai

Ai sầu dạ thắt ruột tàn mơ
Lạnh gối đời trôi dáng thẫn thờ
Mai đoạn nghĩa rời duyên hẩm mối
Tiếng lơi đàn lạc nốt chùng tơ
Dai mang khổ đến nơi ngàng ngỡ
Đậm giữ đau ôm bóng hững hờ
Dài ngắn lệ rơi người biệt vẫy
Phai tình dệt chữ viết buồn thơ

# Thôi Đành

Thôi đành vẫy biệt xóm làng yêu
Sống tạm đời vương cực khổ nhiều
Trôi nổi tháng ngày vai nặng gánh
Dỗi hờn duyên kiếp nợ thầm gieo
Rơi dòng lệ ứa thân lìa cội
Dõi bóng người thương tuổi luống chiều
Vời vợi nhớ quê miền biển cát
Lơi dầm sóng vỗ bến thuyền neo

Neo thuyền bến vỗ sóng dầm lơi
Cát biển miền quê nhớ vợi vời
Chiều luống tuổi thương người bóng dõi
Cội lìa thân ứa lệ dòng rơi
Gieo thầm nợ kiếp duyên hờn dỗi
Gánh nặng vai ngày tháng nổi trôi
Nhiều khổ cực vương đời tạm sống
Yêu làng xóm biệt vẫy đành thôi

# Ru Em

Ru em giấc ngủ hiền ngoan
Lời ru êm ái mơ màng nhớ mong
Ru bằng tiếng hát biển sông
Câu thơ dịu ngọt cõi lòng thuỷ chung

Muộn phiền bỏ lại sau lưng
Quên đời héo hắt tình khung cửa buồn
Quên mưa gió đến vô chừng
Mờ xa bóng ảo lạnh lùng gối chăn

Ru em mộng chớm yên lành
Có hồng nắng hạ có vành trăng mơ
Có tình ấm áp nên thơ
Người thương đứng đợi trải bờ tóc mây

Ngủ đi em ngủ cho say
Ngoài kia đêm xuống lạnh đầy gió đông
Bên nhau hưởng giấc mặn nồng
"Trong vòng tay ấm, mình không sợ gì"*

Tình em phổ nhạc ngày đi
Tình con nước xoáy xanh rì đại dương
Nhặt từng cái nhỏ quê hương
Gởi qua anh giữ chứa thương mến nhiều

Cái chi: "Nhặt lá, nhặt chiều"*
Quà cho sao gói buồn thiu của lòng
Buồn mà tình nặng khó đong
Tuổi thơ mát rượi dòng sông quê nghèo

Ngồi mình nghe tiếng nhạc yêu
Bổng trầm réo rắt bao điều nhớ mong
Phải đây tiếng hát em không
À em đang hát ru lòng anh say

*Thanh Huy*
* *Thơ Nhật Hạ*

# NHỚ THƯƠNG QUÊ

Quê xa vời vợi cách đêm ngày
Biết đến bao giờ thăm lại đây
Nhìn bến sông sâu thuyền rẽ nước
Ngó bầu trời đẹp gió vờn mây
Nghe chùa chuông đổ thanh tao tiếng
Dạo núi chim kêu ríu rít bầy
Đêm thức mẹ ru con tiếng vọng
Nhớ nhà nhớ nước dạ nào khuây

Ngày đến ngày qua tuổi chất ngày
Quê nhà chẳng thấy thấy mình đây
Tình trôi tình vỗ như cơn sóng
Mộng trải mộng tan tựa áng mây
Đời bạt thân gào than oán số
Người quen bóng tụ sống gom bầy
Xây niềm hạnh phúc gia đình tạo
Ăn ở thật thà kiếp khỏa khuây

# Nợ Và Dịch

Sao bám khổ lòng những mối lo
Nợ ngày nợ tháng nhỏ thành to
Đau như dao nhọn đâm sưng thịt
Nóng tựa cây khô chụm cháy lò
Nhói ruột rượu bia ưng uống tới
Vơi tiền bài bạc muốn nhào vô
Nghĩ suy lỡ dại đời thêm tội
Cạn gạo cơm nhà ai giúp cho

Không làm lâu rảnh dạ âu lo
Bill thúc nợ đòi thấy khổ to
Đường trống người thưa lo dịch bám
Việc ngưng túi rỗng nghẽn tiền lò
Sợ lây ngả bệnh canh ngày khám
Cố thủ dặn lòng trữ gạo vô
Có chuyện ra ngoài mua sắm dạo
Mask mang đứng cách giữ thân cho

# Tìm Về

Vui mừng biết mấy được quen em
Gặp gỡ lời trao nối nghĩa tình
Quấn quít ngỏ lời xây ước hẹn
Nghĩ suốt đời không rẽ chuyện mình
Cùng tỉnh cùng huyện nhà chẳng xa
Xe đeò qua phố đẹp người ta
Nắng lên xuân đến trời tươi ấm
Hai chắc như đinh dựng mái nhà

Lá lay con tạo khiến nào hay
Mộng tưởng lâu bền lại trắng tay
Người đi mỗi hướng tình theo thế
Gần khó thăm nhau khổ tựa đaỳ
Hạnh phúc vun gầy rọi mắt trong
Em xinh dáng mượt tựa hoa hồng
Áo dài tha thướt trông êm ả
Như vạt nắng ngời xanh ước mong

Hai ngã giờ xa tình lạnh vắng
Nhìn hoàng hôn đỏ nhớ quê hương
Nhớ em gái nhỏ thời nhung gấm
Thương tuổi đời đau luống đoạn trường

# Khổ Vì Nhau

Mình đến bao giờ thấy lại nhau
Ái ân trắc trở buổi ban đầu
Thơ biên tím rịn in lòng thảm
Nắng đổ xanh xao nhuộm bước sầu
Yêu bám tâm tư xây mối nợ
Thương tìm hình bóng đổ dòng châu
Mưa khuya rơi lạnh người đi biệt
Có phải trời buồn nhỏ giọt Ngâu

Gây phiền chi lắm mối tình Ngâu
Lòng phải ai lòng nhỏ giọt châu
Thao thức đêm dài ru bóng lẻ
Trở trăn kiếp hẩm nhói tim sầu
Người về người nói "by" lần cuối
Duyên đến duyên tan lỡ mối đầu
Thà hững hờ như không vướng bận
Xem xa lạ khỏi khổ vì nhau

# Tim Sầu

Đây nằm khó ngủ mắt quầng sâu
Tẻ lạnh đời ôm số dãi dầu
Lây lất kiếp nghèo thân vướng khổ
Ngỡ ngàng duyên rủ bóng nhìn đau
Dây tình nối kết tìm đâu hở
Lối mộng lìa tan ở chốn nào
Nay cách biệt quê lòng quặn thắt
Đầy vơi nhớ lệ rớt tim sầu

Sầu tim rớt lệ nhớ vơi đầy
Thắt quặn lòng quê cách biệt nay
Nào chốn ở tan lìa mộng lối
Hở đâu tìm nối kết tình dây
Đau nhìn bóng rủ duyên ngành ngỡ
Khổ vướng thân nghèo kiếp lất lây
Dầu dãi số ôm đời tẻ lạnh
Sâu quầng mắt ngủ khó nằm đây

# Nhớ Quê

Nằm đây nhớ quá quê ơi
Đèo nương sông biển núi đồi làng thôn
Lũy tre thửa ruộng đường mòn
Chim kêu gà tục véo von sân nhà

Một thời trai trẻ bướm hoa
Quần xanh áo trắng thấm qua ngõ hồn
Nhớ Hà Thân nhớ Chợ Cồn
Tiệm cà phê Xướng bún ngon bà Đào

Nhớ Non Nước núi cao cao
Nam Ô nước mắm thơm ngào mùi quê
Lăn tăn sóng vỗ Mỹ Khê
Lứa đôi trên cát đi về hẹn chi

Nguyễn Hoàng cây rợp đường đi
Cao Đài chuông đổ những khi sang giờ
Yêu ai viết tặng bài thơ
Câu thương chữ nhớ dệt bờ ước mong

Vì em tìm lá "Diêu bông"
"Ngày xưa Hoàng Thị" ngồi trông dáng về
Gái trai dìu bước đam mê
Tay quàng môi gởi gió vê má hồng

Bến đò đưa khách sang sông
Ai thương ai cảm "Nỗi lòng người đi"
"Yêu em một mối tình si"
Duyên chia người lạc còn gì bến nơi

Nhìn về đất mẹ xa xôi
Tình quê ghi đậm không vơi tháng ngày
Ước cùng em chuốc men say
Nhắc bao kỷ niệm xưa rày có nhau

Hứa lòng giữ đẹp mối sau
Ngại chi không xẻ chia sầu sớt vui
Gọi tên gọi họ chung cười
Ngâm thơ viết nhạc trao lời ấm êm

# VỀ ĐÂU

Về đâu thuyền dạt về đâu
Lênh đênh sóng nước bạc đầu nổi trôi
Vắng em với lạc loài tôi
Bơ vơ thân cát bụi rơi tháng ngày

Một thời vui chợt đắng cay
Quê buồn người khổ cỏ cây vướng sầu
Cõi về cõi đến nối đau
Đường xưa phố cũ nhạt màu sắc yêu

Đời như khúc hát mơ chiều
Dập dìu trong gió tan theo nắng tàn
Về đâu em thuở huy hoàng
Mến thương đọng giữa hai hàng lệ rơi

Lâu rồi chẳng thấy em tôi
Cái tên quen thuộc vui thời đó đây
Xe đèo qua phố mưa bay
Thân ôm giọt thấm tình say xây thành

Lìa chi em để tội anh
Thương gom mơ lắm yêu đành lẻ đôi
Biết nhau cái chuyện đã rồi
Tiếc không gặp nữa trao lời thiết tha

Đón chào tìm kiếm gần xa
Sao tình đoạn khiến đời ta lạnh lùng

# Tình Xa

Nỗi phiền gậm nhấm mối tình xa
Đời sống tìm đâu một mái nhà
Lo lắng mộng tan ong bướm rã
Nghẹn ngào duyên lỡ gió mưa sa
Câu thơ vội viết xuôi thân đoạ
Tiếng hát buồn dâng khiến lệ oà
Quặn thắt lòng như chim bị ná
Ta nằm trăn trở khổ mình ta

Bây giờ quê Mẹ đã lìa xa
Đâu thuở đoàn viên hưởng Tết nhà
Chào hỏi em vui tình nghĩa gạ
Đón chờ năm mới nắng Xuân sa
Chuông vang cuối xóm hồi rung xoã
Trống dội đầu lăng tiếng đổ oà
Đời bỗng đổi thay người mỗi ngã
Quen rồi cách biệt nhớ riêng ta

# Mới Quen

Mới quen chưa thấm đã rời nhau
Còn vẳng trong tim tiếng gọi đầu
Thương mến âm thầm thương ngấn lệ
Hẹn hò xa vắng hẹn tình Ngâu
Chia tay lời nói in lòng tủi
Rẽ lối thơ yêu viết chữ sầu
Hai ngã cách ngăn hai ngã lạ
Một tình dan díu biết về đâu

Lỡ hẹn trao lời dứt dễ đâu
Tình con sóng vỗ buốt tim sầu
Luyến lưu kỷ niệm tan mây khói
Tưởng nhớ bóng hình nhỏ giọt Ngâu
Nghiệt ngã tơ chùng buồn một thuở
Long đong phận bạc khổ hai đầu
Duyên thề không vẹn duyên tan vỡ
Qua lại thôi rồi vẫy biệt nhau

# Tình Vương Vấn

Dặn lòng quên chớ thương người ấy
Sao thức năm canh dạ nhớ đầy
Đó đợi người xa xây mối thắm
Đây chờ bóng ảo chuốc men cay
Tình trong gió lộng tình lưu luyến
Mộng giữa sóng cuồng mộng đắm say
Một thuở quen nhau rồi cách biệt
Xót thương đành chịu sống nơi nầy

Trải lắm phong sương số phận nầy
Vắng người dạ rối rượu tìm say
Bơ vơ đất lạ lê chân mỏi
Khắc khoải đêm dài thức mắt cay
Quen thuộc tên kêu tên nhớ mãi
Ấm êm nghĩa giữ nghĩa đong đầy
Mặc cho thân đọa đời dâu bể
Bóng họa thơ đề dạo đó đây

# QUÊ CŨ

Quê cũ tôi về nắng ấm ru
Đẹp trời tháng tám tiết vào thu
Lá sầu theo lá rơi vàng vọt
Cát trắng bay bay gió thổi mù
Vương vấn ân tình năm tháng qua
Lòng vò ray rứt sống miền xa
Biến đâu rồi bé ngày vui ấy
Còn chỉ mưa bay lệ thấm nhòa

Đâu lớp trường xưa sương khói rêu
Công viên ghế đá dạo trưa chiều
Đi thơ thẫn giữa người chen chúc
Nhớ đến thầy cô chúng bạn nhiều
Tuổi lớn thân gầy mộng héo hon
Số phần lận đận nước cùng non
Đâu thời Mẹ sống ru con ngủ
Ru đời cơ cực giữ lòng son

Cảnh tình trở lạ quá quê ơi
Đường phố làng thôn đã khác rồi
Đêm nằm thao thức thương nguồn cội
Thương tấm thân mình mãi nổi trôi

# Trở Lại Quê Nhà

Quê nhà trở lại thấy mừng thay
Mộng giữ đêm khơi kỷ niệm đầy
Nỗi nhớ niềm thương in trí đậm
Tiếng cười câu hát tỏ niềm tây
Nghĩa tình trong sáng thương yêu bện
Đôi lứa thẹn thùng ước nguyện xây
Kẻ ở người đi vui tái ngộ
Thơ lời bay bướm dệt từ đây

Tìm về chốn cũ gặp ai đây
Nhắc thuở hẹn thề hạnh phúc xây
Dìu bước lập đời ra đất bắc
Xây nhà gởi kiếp chọn trời tây
Bơ vơ cảnh lạ thương thân lạnh
Vò võ quê xa nhớ dạ đầy
Tuổi lớn tháng ngày lâu mấy nữa
Tình trôi lận đận nghĩ buồn thay

# Bóng Đi

Bóng ơi xa cách ngút ngàn
Tiếng thương cười nói ai mang đi rồi
Vào ra phòng trống mình tôi
Dư hương giường chiếu nằm phơi úa nhàu

Một thời ân ái trọn nhau
Mà nay vắng vẻ hỏi chào đành thôi
Duyên chia rối rắm bởi người
Hay vì hoàn cảnh mộng rơi nhạt nhoà

Ấm nồng lại dấy phong ba
Sống mình trơ trụi nhớ xa não lòng
Cây si xanh ngát vun trồng
Dáng mờ thơ ủ ướm dòng tương tư

Giấu đời quạnh giữa thực hư
Đớn đau thầm lặng lâu chừ chẳng thôi
Thân gầy năm tháng nổi trôi
Bao giờ dứt được tình tôi yêu nàng

# Yêu Người

Yêu người người bỏ tôi đi
Tình trôi bóng khuất còn gì tỏ thương
Lòng cay ruột thắt đoạn trường
Ngõ đời quạnh sống tha hương không nhà

Vui là hạnh phúc người ta
Gừng cay muối mặn đậm đà mình đau
Thiếu ai mà nhớ thuở nào
Thì thôi buổi ấy còn đâu để lòng

Ai đi được có tấm chồng
Tôi về ủ mảnh tơ hồng rách tơi
Đời không như ý em ơi
Quen thành xa lạ hai nơi hững hờ

Tình mình chẳng đẹp như thơ
Đem chôn vào đất khỏi chờ quặn tim
May ra còn chút lòng tin
Giữ bình yên sống với tình quê hương

Hỡi người yêu mến bốn phương
Giúp tôi vượt khỏi đau thương lúc nầy

# NHỚ XƯA

Kiếp phủ phong trần mưa gió rơi
Đâu thời son trẻ mảnh tình tôi
Gặp ngày đến lớp chung chân lối
Tản lúc ra trường lẻ đứa nơi
Chịu cảnh đói nghèo cơm độn bới
Nhớ khi hoạn nạn kiếp quẩn trôi
Thoáng đời cách biệt nhiều thay đổi
Thương mãi bóng hình yêu dấu ơi

Giờ nằm xứ lạ thấy buồn rơi
Nghĩ đến ngày xưa rưng mắt tôi
Đi bộ đường xa đi rã gối
Nhử cua ghềnh ướt nhử tìm nơi
Nhảy mom cạo mức dầm thân trối
Câu cá tách bờ thả thúng trôi
Cơ cực dãi dầu năm tháng nối
Thương hoài kỷ niệm xã làng ơi

# Biển

Biển biếc non xanh nước hữu tình
Ghe thuyền lướt sóng giữa trời xinh
Buồm căng hy vọng tròn đôi lứa
Bến đón tơ duyên đẹp chúng mình
Mộng thắm mộng gầy thương nức nở
Yêu nồng yêu giữ xóa điêu linh
Nhìn phương tây phủ mây màu tím
Nhớ lắm quê hương những bóng hình

# Tình

Sống giữa thế gian quý chữ tình
Lạ rồi quen biết nghĩa tròn xinh
Trầu cau dâng kết tơ duyên bạn
Thơ phú đề ghi hạnh phúc mình
Gặp mối rỡ ràng yêu sáng lạng
Ở đời sảng khoái mộng lung linh
Lại qua trao gởi điều chân thật
Trong mỗi lòng in đậm bóng hình

# Yếm Bay

Xưa lắm ai phơi yếm chỗ nầy
Tình cờ nhặt giữa gió chiều bay
Mân mê vải lụa lòng rung động
Tưởng tượng bóng hình mộng đắm say
Có phải ái ân về trước mắt
Hay là hạnh phúc đến đầu tay
Tôi ao ước đến ngày sum họp
Chờ chẳng thấy người khổ lắm thay

# Cầu Phật

Uy nghi chùa đứng cạnh tầng mây
Kẻ viếng người chen khói toả đầy
Lẳng lặng tiếng cầu trong Phật điện
Líu lo chim hót giữa ngàn cây
Cầu em tình đẹp duyên không úa
Chúc Mẹ đời tươi dáng chẳng gầy
Yên ổn mọi người vui khắp chốn
Không còn nghèo đói nợ nần vây

# THƠ TÔI

Xin người đọc thơ tôi nhiều nhiều nhé
Dầu chữ thơ đen màu mực buồn se
Dẫu ý thơ kể lòng ai cay xé
Vẫn yêu đời ta đọc để ta nghe

Kể cuộc tình bốc cháy thuở đam mê
Đầy hoan lạc bốn bề dâng sức sống
Như ngày đẹp hoa khoe sắc thắm
Hương xuân tươi phủ đậm lối đi về

Thơ tôi hiền như khúc hát đồng quê
Có chim hót ve sầu kêu rỉ rả
Có tình yêu mặn nồng xanh cây lá
Che đường đi mát tỏa lối hẹn thề

Thơ là nguồn hạnh phúc đam mê
Xây tổ ấm xẻ chia đời hoạn nạn
Với ai giữ thủy chung không buồn nản
Đắp yêu thương chói rạng nghĩa tình sâu

Không bến bờ thuyền rẽ sóng về đâu
Để ngàn năm thơ viết chuyện tình Ngâu
Tình dang dở tình hẹn thề yêu dấu
Thương vô cùng khi viết đậm tên nhau

Thơ thay người nói chuyện trước chuyện sau
Buồn vui kể tuôn lòng nào giữ kín
Ai nghe cũng cảm thông trìu mến
Sung sướng như chân bước đến thiên đàng

Thơ đứng ngồi xứ lạ thở than
Lời hối tiếc tháng ngày vàng son cũ
Thơ mẹ tìm con giữa núi rừng ai oán
Vợ tiễn chân chồng chờ đợi bao thu

Thơ nhớ quê xóm làng ủ rũ
Vượt đèo cao cỏ dại phủ ven đường
Nhớ trăng nghiêng sao xẹt ếch kêu sương
Hòa tiếng mẹ đêm trường ru con ngủ

Xin gởi thơ lời trăm năm ấp ủ
Của tình em quyến rũ ấm tim mang
Kể tâm tư viết chuyện thời quá khứ
Để thơ hoài sống mãi với thời gian

# Chuyện Ba Người

Trong quen ngoài lạ mắt nhìn nhau
Cười mỗi bên là gượng khổ đau
Đường bước chung đường suy nghĩ khác
Thầm riêng tính chuyện ước ngàn sau
Em vui lúc dạo bên ai ấy
Anh giả làm ngơ chẳng biết gì
Người lén trao lời yêu bóng bẩy
Thẫn thờ tôi chán nhủ quên đi

Thân gần lòng cách làm sao hỏi
Chuyện luyến lưu bên lý lẽ lòng
Mặt úp lưng quay thương quẩn quại
Chung giường cố giấu chuyện hoài mong
Ngày tháng lặng trôi với tháng ngày
Một thầm nhớ tưởng một buồn thay
Tâm tư ngán ngẩm xa người ấy
Ăn ở chung chi để đọa đày

Mến ai em dõi mắt xa trông
Tôi đứng nhìn theo lạnh cõi lòng
Trời hỡi thương người đang rẽ lối
Đớn đau ai gọi cái tôi chồng
Đêm ôm đầu nghĩ làm sao phải
Yêu lắm yêu chi khiến khổ hoài
Biết thế sao tình đeo đuổi mãi
Theo hình thêm thảm mối tình phai

Anh vẫn thương em đến trọn đời
Sao em dấu kín mộng xa xôi
Lỡ mai đời rẽ chia hai lối
Ai khóc ai vui với một người

# Tìm Em

Vui vì được gọi tên em
Mình liền khúc ruột có bên tự tình
Gành khơi chung bước gập ghình
Dù che mưa rớt hai mình tựa nương

Giọt chờ giọt đọng vấn vương
Rót tình mật ngọt nhớ thương vào hồn
Nặng lòng giữ đạo sắt son
Đáng yêu chứng tích vẫn còn hôm nay

Đón tình mở rộng vòng tay
Đưa người tri kỷ về đây với mình
Có chùa vọng tiếng cầu kinh
Ruổi đường ra Huế đẹp xinh biển trời

Thuyền buồm căng gió ngược xuôi
Lẻ loi Hòn Chỗ tím đồi hoa sim
Người đi bóng biết đâu tìm
Bờ xa cát trắng nằm im đợi người

Quên ngày sóng gió trùng khơi
Kẻ còn kẻ mất hai nơi lạnh lùng
Xa thời sắn độn gạo lưng
Con ăn mẹ nhịn rưng rưng mắt buồn

Gởi lời chúc phúc bà con
Cách xa ngàn dặm vẫn còn tìm nhau
Về thăm cậy một chuyến tàu
Đưa người viễn xứ nối câu nghĩa tình

# Em Và Tôi

Lâu rồi em đã xa tôi
Nhiều năm vắng bóng thân trôi ngõ nào
Có đời vướng bận lao đao
Hay xây mái ấm cửa rào cài then

Gặp khi rảnh đến thăm em
Đường quanh lối xóm băng thêm mấy đồi
Đêm trời sáng có sao rơi
Ngày người chen chật đến nơi nửa giờ

Mối tình đầu đẹp nên thơ
Em xinh trong trắng tôi khờ mới yêu
Mấy năm sống kỷ niệm nhiều
Tưởng bền chắc lại cô liêu thế nầy

Qua nhà đường đất mưa bay
Nhìn em không thấy mắt cay bụi mờ
Chùa chuông ngân tiếng điểm giờ
Lòng ray rứt viết câu thơ nghẹn lời

Đời chia tình rã buồn ơi
Người đi tôi thả tình trôi lạnh lùng
Lứa đôi chẳng toại sống cùng
Ngẩn ngơ số phận tình khung cửa buồn

Xa người nước mắt rưng rưng
Ai mừng ai xót tình chung thế nầy
Tuổi nhiều tuổi chất nào hay
Từ trời gởi đất ta đày đọa nhau

Hẹn thề ngày trước còn đâu
Chống cằm ngồi đợi bóng câu mịt mù
Chẳng lần gặp cách ngàn thu
Tủi đeo nằng nặng tâm tư rối bời

Lắm khi nghĩ đến chuyện đời
Đếm còn giữ lại em tôi những gì
Thôi đành cứ sống như ri
Thăm nhau lời gởi thay khi hỏi chào

# Biển Và Tôi

Biển và tôi một đời gắn bó
Biển mênh mông có tự ngàn xưa
Sóng lăn tăn theo gió đẩy đưa
Nước xanh mặn bốn mùa vương sức sống

Thời nhỏ biết biển yên biển động
Biển bạn thân gần gũi nhiều năm
Thiếu biển như đêm thiếu sao trăng
Ngày thiếu nắng tình lặng không duyên thắm

Chắc trời xa biển trầm tư xót lắm
Khi bão bùng sóng dậy nước triều dâng
Sống tha hương nhớ biển vô ngần
Đã cách biệt lắm lần buồn quá nhỉ

Biển đón tôi về biển tiễn tôi đi
Biển thân thiết như người bạn quý
Biển còn mãi qua nhiều thế kỷ
Chứa yêu thương mộng mị nào vơi

Biển là thơ là nhạc tiếng à ơi
Đứng giữa biển lòng vui như chim hót
Nhìn biển rộng quên thân bèo bọt
Nghe biển ru khúc hát ngọt yêu đời

# Mới Đến Quê Người

Em ơi đất khách lắm buồn vui
Tuyết phủ mây che thấp nửa trời
Cô độc bơ phờ thân bé nhỏ
Mai đời đổi nhuộm sắc màu tươi
Từ xa vừa đến em bỡ ngỡ
Đường phố thênh thang vắng bóng người
Sương khói quê nhà theo lãng đãng
Vật vờ tâm trí nghĩ xa xôi

Chim lạc gọi nhau ở chốn nầy
Đón chào nắng mới gởi tình say
Yêu em yêu thuở còn son trẻ
Áo trắng tóc thề hương gió bay
Anh gọi dây thăm hỏi chút tình
Đổi thay còn mất ở quê mình
Ra đi dằn vặt đừng e ngại
Đời sẽ quen dần dẫu khó tin

Rồi em có việc có tiền tiêu
Về thăm ruột thịt xóm làng yêu
Cảnh thay đời đẹp tương lai sáng
Đốt cháy sầu đau kiếp đói nghèo
Nhặt giữ dùm anh nắm đất quê
Cách khi xa xứ chẳng quay về
Đồng xanh lúa mạ thơm tình mẹ
Trời yên biển lặng gió nồm reo

Linh hồn anh ở đó em ơi
Nỗi nhớ dồn theo kiếp nổi trôi
Giá buốt lạnh lòng thương kỷ niệm
Thương lời ru mẹ nửa đêm rơi
Đừng để buồn phai xóa ước mơ
Vui lên dẫu sóng vỗ xao bờ
Dẫu năm tháng quạnh trôi hờ hững
Em mãi là em của đợi chờ

# Nghĩa Tình

Mang theo hy vọng riêng mình
Mái nhà đơn giản gia đình sống vui
Ai ngờ gió dập mưa rơi
Đong đưa số phận tình trôi gập ghình

Đường khuya vọng tiếng cầu kinh
Lẻ loi phố lạ nghe mình tủi thân
Đời thay đổi cứ xoay vần
Đau rơi cùng tận cũng ngần ấy thôi

Quen em em sống đâu rồi
Tình yêu lận đận ở rồi lại xa
Người bên duyên kiếp mặn mà
Người vui chưa thấm phong ba lại về

Bạn thân tiễn vẫy tái tê
Nồi kê chưa chín não nề vắng ai
Cuộc đời như giọt nắng mai
Sáng còn tối mất tương lai rã rời

Ngẩn ngơ thơ viết bao lời
Nhìn xa lắc nhớ trẻ thời rưng rưng
Thế gian huyễn hoặc mịt mùng
Hoá ta quạnh quẽ lạnh lùng với ta

Thương yêu ai đến thật thà
Lời khuyên nhủ chứa bao la nghĩa tình
An lòng tôi sáng niềm tin
Đời còn ý nghĩa cho mình bước đi

# Gởi Người

Người ơi tôi tóc muối tiêu
Biết ai cắt nhuộm chải yêu cho mình
Tâm tư thầm kín tự tình
Dẫu chỉ ráng đợi bóng hình khắc sâu

Tuổi chiều chiều trắng ngả đau
Yêu thương vời vợi ủ màu ước mơ
Hoa niên héo úa từng giờ
Mộng tàn trăng khuyết bơ vơ kiếp rồi

Đêm khuya đèn rọi dáng tôi
Vọng nghe ếch nhái kêu khơi nỗi buồn
Ai về thỏ thẻ nguồn cơn
Nhủ khuyên chịu khó gắng tròn lứa đôi

Quen em rồi biết yêu đời
Vắng em thơ viết bao lời nỉ non
Người đi trông ngóng mỏi mòn
Tình xa tình giữ mai còn có nhau

# Hãy Ngủ Ngon Em Nhé

Hãy ngủ ngon em nhé
Bên đó đã khuya rồi
Hừng đông trời chưa hé
Ấp mộng tròn đêm thôi

Mộng có anh ngồi bên
Trao thơ hoà tiếng hát
Yêu nhau yêu dào dạt
Ai chia cắt được mình

Ngoài kia trăng tròn lắng
Trong đèn sáng lung linh
Nối ngày mai bừng nắng
Thêm kỷ niệm khó tìm

Thương yêu giữ đậm lòng
Em người em gái ngoan
Đẹp trong anh vô vàng
Một tình yêu đợi mong

Mai kiếp dẫu ba đào
Buồn vui đâu biết đặng
Thân khổ hay mưa nắng
Tình đổi quên lẽ nào

Hình cất trong sâu kín
Nhìn lại thấy nôn nao
Xa nhớ thương bịn rịn
Đời như thiếu trăng sao

# Tình Xưa

Quen biết rồi xa khổ ngút ngàn
Rối bời tình lỡ chuyến đò ngang
Ngày ôm số đoạ ru duyên nản
Đêm ngó sao rơi khóc mộng tàn
Lòng luống cô đơn ơn nghĩa đoạn
Thân xìu rầu rĩ bóng hình mang
Yêu em đày đoạ nhiều năm tháng
Kỷ niệm thơ lời viết thở than

Từ buổi người đi biệt suối ngàn
Tình mình thôi hết vẫy sang ngang
Mộng bay duyên vỡ gây tâm nản
Mắt ngó chân đưa tiễn bóng tàn
Ngõ hẹn đìu hiu buồn ngõ đoạn
Đời chìm tăm tối xót đời mang
Tình cờ gặp lại vui vô hạn
Nhắc chuyện xưa lòng chẳng trách than

# TÌNH MẤT

Người vắng tôi buồn lắm bạn ơi
Quạnh hiu đơn lẻ lệ thầm rơi
Nuôi ân tình ảo tan thành khói
Ôm bóng hình hư nát vỡ đời
Chén cụng chén nâng trông bải hoải
Tiếng chào tiếng gọi lạc xa khơi
Ngồi chờ hy vọng lòng trăng trối
Nghe vạc kêu sương lại nhớ người

Đâu hờn chi vội trách ai ơi
Mộng ước bay vèo tựa lá rơi
Tâm sự trớ trêu giăng kín dạ
Tơ duyên ngang trái vướng buồn đời
Bóng đi gợi nhớ ngày tìm gọi
Tiếng nói còn thương đêm thức khơi
Cách biệt mà tình luôn nghĩ tới
Yêu đau có thấu hiểu không người

# TÌNH ĐI

Tình xa ray rứt sống mình thôi
Muốn viết câu thơ gởi đến người
Cắn bút ghi lời lời giận dỗi
Moi đầu chọn ý ý buông trôi
Đớn đau số phận chia hai lối
Tha thiết duyên tơ đắm nửa vời
Vẫn giữ chung lòng chờ với đợi
Xin người quay bước hiểu dùm tôi

Đây nằm phòng trống khổ thân thôi
Đêm thức ngày trông tưởng nhớ người
Duyên nợ ngẩn ngơ duyên nợ rối
Tháng ngày lận đận tháng ngày trôi
Yêu ai ai ngoảnh tình xa vợi
Tìm bóng bóng đi mộng cách vời
Lận đận thế thời vui chẳng tới
Cứ nằm chịu trận thở than tôi

# Yêu Em

Tìm em chẳng biết em đâu
Quen nhau biệt đã tình đau cũng rồi
Đó quê đây đất lạ ngồi
Xứ người trơ trọi ngõ đời quạnh hiu

Chạnh lòng nhớ thuở mới yêu
Xe đèo phố dạo vui theo tháng ngày
Nắng hồng chim hót áo bay
Mai vàng pháo đỏ vui thay tiếng chào

Cậy người lễ sánh quà trao
Lạy quỳ khấn vái nôn nao buổi đầu
Rồi theo năm tháng trôi mau
Mỗi người mỗi ngã lòng đâu an lòng

Tình đi sự thế rối bòng
Quen chưa thấm đã tay trong tay rời
Gây chi vật đổi sao dời
Báo in nét mực tình thôi bẽ bàng

Đến rồi vàng vội sang ngang
Để hồi chuông đổ thở than với đời
Căn nhà ấm kỷ niệm ơi
Mái tôn đường đất em tôi đâu nào

Vui tình chắp cánh bay cao
Có hay ai khổ ngăn rào đổi ngôi
Tình là sương khói chơi vơi
Gối chăn giường chiếu xa rời lạnh tênh

Chống cằm ngồi đợi nắng lên
Nắng vun hạnh phúc ấm êm ai giờ
Yêu người một mối ngu ngơ
Chứa sầu tím ngắt ngẩn ngơ đất trời

Biết mai có gặp trong đời
Mắt nhìn tay bắt cười vui đón chào
Ơn đời tưởng nhắc đến nhau
Hay thêm xa lạ lẽ nào lại quên

Dầu sao tôi vẫn yêu em
Yêu đầu trong trắng khắc tên tôn thờ
Chuyện tình ghi đậm vào thơ
Bóng hình thương mến chẳng mờ trong tim

# Nỗi Lòng

Thôi em đừng nhắc tình chi
Cái tình u ẩn có đi không về
Giữa đời trôi nổi nhiêu khê
Áo thô guốc mộc chưa hề tỏ răng

Thương người có chứng vầng trăng
Trăng chừ lạc mất oái ăm chữ tình
Tôi yêu yêu cả khổ mình
Quỳnh hoa nở đóa kiếm tìm ngẩn ngơ

Nỗi niềm riêng viết vần thơ
Thơ ghi trọn mối ước mơ ảo huyền
Trần gian đâu phải chốn tiên
Đem bao bùa phép giải niềm riêng tư

Thôi em đời giữa thật hư
Đây ôm trái đắng phận chừ dở dang
Buồn khi nói chuyện sang ngang
Lòng ai muốn để nát tan cõi lòng

# NHỚ THƯƠNG ANH

Xa cách lâu không thư lời thăm hỏi
Chắc anh buồn em lỗi hoặc vì đâu
Đời hoang vắng trong lòng tình môt cõi
Thương ngàn năm ruột thịt bến nôi đầu

Những đêm về xúm xít chén chia đau
Anh thức thả khói sầu nhiều tâm sự
Làn khói trắng đưa nhau về quá khứ
Thuở đổi đời rượu gạo thấm nhừ tim

Tóc bạc nhiều trôi nổi nhớ thương em
Anh ngồi đó đêm đêm nhìn bóng tối
Ra đi bỏ xóm làng xa vời vợi
Em cũng đau ruột đứt nhói liên hồi

Trôi về đâu mây gió bạt phương trời
Ai hái mộng anh buồn đời hiu hắt
Ngoài im lặng trong bão bùng gào thét
Kiếp tha hương nước mắt thấm mông mênh

Trời đã khuya biết anh thức môt mình
Em nằm giữa bóng đêm chờ anh gọi
Nghe rón rén chân người như đã mỏi…
Trong mơ màng vọng lại tiếng "Em ơi!"

# Nhớ Đến Người

Người ơi tôi nhớ đến người
Lòng đang hiu quạnh sao người cứ ngơ
Tìm người tìm ở chốn mô
Nghe tình tím rịm héo khô rối bời

Ngày đi có nhớ đến tôi
Nhớ câu ân ái đưa đời vào mơ
Nhớ ngày rượu cạn bình khô
Trái tim đen quánh ngẩn ngơ vô thường

Đêm nay là mấy đêm trường
Đêm đen thức trắng ngồi thương đến người
Đi đâu vàng vội ngược xuôi
Bỏ đây lạnh lẽo giữa trời hư vô

Bỏ tình chết điếng bơ vơ
Xóa lời dịu ngọt ước mơ ban đầu
Người về xứ lạ biệt nhau
Ai vui rẽ hướng ai sầu đường tơ

Mãi đây ôm mối tình hờ
Lại yêu lắm bởi vần thơ đa tình
Hạ nồng dáng ngọc môi xinh
Vướng tương tư để riêng mình khổ đau

Bỏ thân lăn lóc bể dâu
Dại khờ như cá cắn câu ham mồi
Lênh đênh bến lạc bèo trôi
Đắm trong gió cuốn bão rơi nát lòng

Để tình cậu Quãng long đong
Thương hoài một bóng mà không được gì

# XUÂN

Tha thiết yêu chi tội lắm người
Ngày ôm bóng chiếc tối tìm hơi
Dư hương giường chiếu nằm cô quạnh
Tình quẩn xanh xao bặt tiếng cười
Xuân đến sao lòng đau hỡi Xuân
Yêu lây lất nặng kiếp phong trần
Câu thơ sầu gởi dòng tâm sự
Theo tiếng chuông buồn thánh thót ngân

Nhìn hướng quê xa khuất cuối trời
Thương hoài kỷ niệm ngự hồn tôi
Sống đây lây lấy tình sương gió
Phai nhạt trăm năm vỡ mộng đời
Tết hoa đua nở phố người đông
Phải áo em bay giữa nắng hồng
Đắm đuối hương lòng quên dĩ vãng
Để tình anh chẳng có mùa Xuân

# Thương Ai

O đó ơi đây có tội gì
Gieo thương nhớ bóng để trồng si
Có mô đàn dịu ngân dài lúc
Phải rứa thơ buồn viết đậm khi
Quý mảnh ân tình luôn dạ khắc
Dệt lời thệ ước suốt đời ghi
Sông Hương núi Ngự lòng vương vấn
Tôi mến người đâu thay đổi chi

Tôi mến người đâu thay đổi chi
Ấm êm kỷ niệm nặng lòng ghi
Áo bay tóc xỏa theo bao bận
Mắt liếc môi cười nhớ lắm khi
Quỳnh nở hương thơm hương ngấm mộng
Trăng soi bóng đẹp bóng vờn si
Yêu gây dạ rối âu sầu lắm
O đó ơi đây có tội gì

# Thư Thăm Chị

Năm nay chẳng rảnh về thăm chị
Chắc chị buồn lòng nghĩ xa xôi
Lá thư thay thiệp Tết viết lời
Chúc chị khoẻ yên vui Xuân mới
Đêm ra đi tình chia quá vội
Thoáng bao năm nguồn cội mịt mùng
Biệt chốn nghèo kẻ nhớ người thương
Đời chị dẫm phong sương chìm nổi

Em xứ lạ vào ra lủi thủi
Vắng xóm làng nghĩ ngợi tình qua
Mến bà con kỷ niệm đậm đà
Yêu biển lặng hiền hoà cát mịn
Đường vui nắng theo chân bịn rịn
Trường bạn quen phượng tím ve sầu
Sáo diều tuổi thơ bay bổng trên cao
Còn đọng nôn nao trong lòng một thuở

Xa quê xa chị buồn nức nở
Xuân về cách trở gọi tìm nhau
Tình lứa đôi tưởng gắn bó lâu
Nay mờ nhạt biến màu thay dạng
Tuổi chị em tăng theo năm tháng
Trải khó khăn mưa nắng lao đao
Dẫu buồn vui sướng khổ thế nào
Lòng vẫn ước có ngày gặp chị

# Yêu Là Khổ

Quen nhau lận đận chẳng hề vui
Thăm viết dòng thơ gởi đến người
Lỡ mối ái ân tâm bối rối
Viết câu tri bỉ dạ bồi hồi
Bao thu lá rụng xa nguồn cội
Một thuở tình tan thương bóng tôi
Yêu ngỡ trăng sao soi đẹp lối
Ai hay hố thẳm chứa đau đời.

# Tình Thơ

Bạn bè xúm xít gặp nhau vui
Rảo mát nhìn quanh điểm thiếu người
Tình nghĩa sao đành lơ tránh thối
Nợ duyên sao nỡ bỏ chia hồi
Xin vào góp sức cùng đường hội
Cứ đến xẻ tình với bọn tôi
Đợi kẻ mua thơ bằng bạc khối
Mình chia nhau sống sướng trong đời

## TÌNH SAY

Quên em chén rượu rót nơi nầy
Cho ngất ngây lòng thả gió bay
Phó mặc cảnh đời chia cách vẫy
Cam đành số kiếp ngả nghiêng say
Nhớ đem mộng ảo ghi đầy giấy
Uống xóa tình hờ vướng nặng tay
Tình có vui đâu mà giữ lấy
Thương người lệ đổ khổ thân thay

## CHỜ AI

Ai đứng chờ ai ở chốn nầy
Đèn leo mắt ngó rảo hồn bay
Kiếm người một dạ yêu mong thấy
Đón kẻ hai lòng hận để say
Má phấn môi tươi gây cảnh bẫy
Vai trần lưng ỏng đợi bàn tay
Giục khơi lửa nóng tình đêm cháy
Cho mộng dâng trào sung sướng thay

# Bốn Mùa

Vun vút thời gian năm tháng qua
Nhớ thương đất Mẹ nặng hồn ta
Xuân tươi chơm chớm cành mai rỡ
Hè sáng lơ ngơ giọt nắng tà
Thu héo ngậm ngùi trời xứ lạ
Đông tàn tim tím mảnh tình xa
Bốn mùa thay đổi đời nghiêng ngã
Yên ổn tìm đâu một mái nhà

# Tình

Thương em tha thiết mấy mùa qua
Vướng nợ ái ân khổ quấy ta
Muốn đến tỏ lòng người trách chậm
Ưng ôm trao nụ bạn kêu tà
Gởi yêu yêu ngoảnh đành ân hận
Viết nhớ nhớ ruồng chịu xót xa
Tình ngỡ lên hương tình bỗng lạ
Sống lây lất tựa kẻ không nha

# Xuân Xứ Lạ

Nầy Xuân phận lẻ sống buồn đây
Rảo hướng tìm quê nhớ lắm nay
Ngày cúng mẹ cha con cháu tụ
Lễ dâng hoa quả khói hương bày
Bầy chim sải cánh đùa mai nở
Tiếng pháo rền sân túa xác bay
Day dứt mủi lòng xa cách cội
Bày chi kiếp khổ nợ tìm vay

Vay tìm nợ khổ kiếp chi bày
Cội cách xa lòng mủi dứt day
Bay xác túa sân rền pháo tiếng
Nở mai đùa cánh sải chim bầy
Bày hương khói quả hoa dâng lễ
Tụ cháu con cha mẹ cúng ngày
Nay lắm nhớ quê tìm hướng rảo
Đây buồn sống lẻ phận Xuân nầy

# Xuân Và Tôi

Bình minh nắng rọi sáng hàng cây
Ong bướm lượn vờn hạnh phúc say
Hớn hở hoa cười hương tỏa thắm
Líu lo chim hót tiếng vang đầy
Mai vàng nở giữa tình mưa phủ
Pháo đỏ vùi trong mộng gió lay
Xuân đẹp sao lòng tôi quạnh quẽ
Nhớ quê ray rứt khổ bao ngày

# Đón Xuân

Kìa mai vàng nở rộ quanh đây
Báo tiết Xuân tươi én liệng đầy
Chùa miểu lên đèn chưng bánh trái
Trẻ già gặp mặt bắt bàn tay
Trên bờ lễ cúng người van vái
Dưới nước ghe đua tiệc đãi bày
Cầu đất Mẹ yên dân sướng mãi
Người người đoàn tụ thả hồn bay

# Sáng Chủ Nhật

Sáng chủ nhật chim tụ bầy đợi nắng
Nắng chưa lên xuân chìm lắng thiếu vui
Lạnh quanh đây vang dội tiếng nói người
Cà phê ấm uống khơi lời tâm sự

Bao năm dài ngược xuôi đời viễn xứ
Quê mẹ hiền nhớ giữ mãi trong tim
Em gái ngoan tuổi mới lớn hiền từ
Mắt dõi cõi xa mù tìm bạn mến

Yêu chẳng toại tình mặn nồng đâu đến
Anh vẫn loài chim biển dạt trùng khơi
Thèm gặp em tạo mái ấm yên nơi
Sao bão nổi cuốn người trôi không bến

Đây là đâu hay chốn sầu vĩnh viễn
Chôn thân tình hy vọng tiếng yêu thương
Giấc mơ tan duyên số lấm bụi đường
Đời lang bạt vô thường vương vấn khổ

Ai đi xa không có lần nhớ tổ
Vướng lệ sầu dang dở rẽ tình đôi
Ai già nua không nhớ thời bé nhỏ
Đêm khuya nghe tiếng mẹ hát ru hời

Tình quê hương chảy khắp cả thân tôi
Tình tha thiết ngàn đời không nói hết

# Đón Mừng Năm Mới

Đèn vàng đèn đỏ sáng choang
Nửa đêm năm mới rộn ràng đón vui
Đường khuya trời lạnh sương rơi
Cùng em xuống phố tình khơi mặn nồng

Pháo bay hoa nở rượu hồng
Chào Xuân rộn giữa mênh mông rừng người
Gió ngân câu hát giọng cười
Đèn soi hy vọng sáng ngời thế gian

Tình chia mới cũ hai đàng
Xót thương kỷ niệm lệ hàng tái tê
Nhắc xưa sao dạ não nề
Mẹ ơi con thấy mẹ về đêm nay

Đêm nay con uống cho say
Đón thêm Tết nữa đắng cay chia lìa
Ngõ đời như ánh sao khuya
Rọi mờ mắt ngó bên kia quê nhà

# Người Xưa

Đốt đen cắn bút làm thơ
Dăm câu rời rạc viết mơ ảo huyền
Vật vờ lặn hụp màng đêm
Xẻ sầu tê tái kiếm tìm trăm năm

Bóng người chim cá mù tăm
Quen rồi nhạt nhẽo như tằm thiếu tơ
Đi không trở lại bao giờ
Bỏ yêu héo rụng ngẩn ngơ tạ từ

Tương tư ơi hỡi tương tư
Sao quên ngày cũ quên hư vô sầu
Hôm nào mới biết bên nhau
Tình trong trắng thuở ban đầu dễ thương

Phone reo mail khỏ tiếng mừng
Rồi chia hai ngã mịt mùng tối thui
Hôm nào thơ nối câu vui
Chữ nghiêng mực tím viết đôi vuông tròn

Má môi hồng giữ sắc son
Tình nay tím ngắt vùi chôn rã rời
Vẫn da thịt vẫn dáng người
Sống chung thời nhỏ mà đời đổi thay

Tình như gió phủ mưa bay
Cuốn trôi kỷ niệm chứa đầy đau thương
Chân bùn gót ngọc người phương
Bên chăn gối lạnh bên hương phấn thừa

Ước mong vun mấy cho vừa
Thôi xin trả lại câu thưa tiếng chào

# Tình Trong Mưa

Tim sầu đây bán bán ai mua
Trong lạnh ngoài băng tuyết lạnh hùa
Tình chẳng nên tình ôm trái đắng
Mộng không thành mộng ứa mùi chua
Em đường em dẫm sương mờ phủ
Anh hướng anh đi nắng héo đùa
Mỗi ngã mỗi buồn đâu biết trước
Nẽo đời nặng bước bước trong mưa

Nẽo đời nặng bước bước trong mưa
Bão đến ngoài sân bão gió đùa
Cái rét kéo về gây tiết lạnh
Niềm đau vây bủa gợi tình chua
Sống nhà ru rú buồn đeo bám
Nhìn dáng co ro đói giỡn hùa
Thân rã nằm đừ thân uể oải
Tim sầu đây bán bán ai mua

# Bóng Chim

Thân em liễu yếu chiếu giường đơn
Khuya khoắt đêm mơ thấy bóng chờn
Đau đớn giật mình duyên lỗi nhịp
Lạnh lùng tỉnh giấc gió đùa cơn
Tóc tơ bạc bẽo tâm rơi loạn
Tình nghĩa xanh xao lệ đổ hờn
Chẳng lẽ đời chìm trong hố thẳm
Người yêu mất hút giữa thâm sơn

# Sống Cô Đơn

Khổ nào hơn khổ sống cô đơn
Kỷ niệm ngày vui cứ hiện chờn
Thơ họa ân cần trao mấy lúc
Tiếng cười bồng bột trổi từng cơn
Nơi nầy nhớ bạn lòng co thắt
Chốn đó thương ai lệ oán hờn
Có phải ông trời gây cảnh khó
Người nằm góc bể kẻ kề sơn

# ĐỜI

Ôi đời vui quá tuổi thơ ngây
Trường lớp bên nhau gặp những ngày
Đỏ phượng ve kêu lời giã biệt
Trắng đường gió thổi áo vờn bay
Bút nghiên lận đận thương yêu bạn
Sách vở long đong nhớ trọng thầy
Nét chữ ngày xanh ghi kỷ niệm
Chứa tình trong sáng đẹp ai hay

Mới đó mà già đến chẳng hay
Sống đây buồn vắng bạn xa thầy
Ra vào lẻ phận ân tình lỡ
Đi đứng lạnh đời mưa gió bay
Tưởng nhớ chị anh tim khắc bóng
Quảy đơm cha mẹ lịch ghi ngày
Ngó về quê cũ phương mù mịt
Nhắc thuở thiếu thời thương ngất ngây

# Chúc Tết

Bạn à Tết đến gởi chi đây
Cánh thiệp đầu Xuân phúc chúc đầy
Vạn sự bình an đời thỏa chí
Trăm điều may mắn mộng cầm tay
Thơ làm lưu loát lời câu đối
Đàn gãy du dương nhịp nốt bày
Xướng họa lại qua lòng hớn hở
Nuôi tình chớ để mối tình bay

# Đón Chúa

Chúa ở trời cao giáng xuống trần
Nhà nhà đon tiếp đợi trao ân
Người đi xe chạy đường in bóng
Chuông đổ pháo rền tiếng quyện sân
Cảnh tượng đêm đông vui tựa hội
Hào quang ngôi thánh đẹp như thần
Xin trên ban phước lành nhân thế
Phúc hưởng nghèo xa sướng bội phần

# CHÚC TẾT VUI

Nương gió hồn bay đến chỗ người
Chúc bè bạn sống được yên vui
Ra vào gặp Tết tơ ươm mối
Hội họp chào Xuân pháo nổ hồi
Hoa thắm toả hương giăng khắp lối
Duyên lành nở mộng rộn bao nơi
Lòng say tận hưởng mùa yêu tới
Vun đắp tình ta giữa cuộc đời

Vun đắp tình ta giữa cuộc đời
Xuân hồng Xuân cảnh đẹp nơi nơi
Ngõ đường còi hụ xe băng lối
Lăng miếu người thăm trống giục hồi
Nồm thổi buồm căng căng gió mới
Ngòi châm pháo nổ nổ lòng vui
Giờ đây Mẹ mất thương bao nỗi
Nương gió hồn bay đến chỗ người

# Thiếu Bạn

Vơi đầy rượu rót chén buồn đây
Bạn thiếu sao yên ở tháng ngày
Lời chữ viết câu in mộng thắm
Chỉ tơ đan mối buộc tình say
Môi bờ nhạt sắc khi xa cội
Lệ ngấn hoen mi thuở lạc bầy
Đời lắm khổ đâu là bến đổ
Trôi thuyền thả bóng ịn trời mây

Mây trời ịn bóng thả thuyền trôi
Đổ bến là đâu khổ lắm đời
Bầy lạc thuở mi hoen ngấn lệ
Cội xa khi sắc nhạt bờ môi
Say tình buộc mối đan tơ chỉ
Thắm mộng in câu viết chữ lời
Ngày tháng ở yên sao thiếu bạn
Đây buồn chén rót rượu đầy vơi

# Cứ Vui Bạn Nhé

Cứ vui bạn nhé hãy vào đây
Xướng họa thơ chung đẹp những ngày
Tình thả giữa không xây mối nhớ
Mộng in trong trí tạo lòng say
Miền xa bút viết ghi mừng tuổi
Đất lạ phone reo gọi họp bầy
Còn sống trên đời là diễm phúc
Nối vòng tay lớn lượn tầng mây

Mây dù mỏng giữa gió mưa trôi
Tình dẫu chao nghiêng vẫn quý đời
Giữ mộng êm đềm vui tất dạ
Xây duyên đẹp đẽ thắm đôi môi
Nhạc ngân réo rắt rung cung nốt
Thơ viết hay ho rộn nét lời
Tiếng mẹ ngọt ngào lan khắp nẻo
Tự hào dân Việt chẳng hề vơi

# Lên Mạng

Trước đây con giúp ba lên mạng
Mail những bài thơ ướt đậm tình
Đau xót quê hương đời lận đận
Làm sao con hiểu hết niềm riêng
Rồi biệt thư mail con hỏi lần
Ba thôi vì bận lắm băn khoăn
Ba nói thư lời không viết được
Đời làm suy nghĩ mãi buồn giăng

Từ đó con không tìm hỏi nữa
Sợ ba xúc động thiếu niềm vui
Con tim đông lạnh bao lần với
Vắng gặp cha con vắng nụ cười
Tôi đời buồn thảm nhạt vần thơ
Ngăn cách yêu thương buổi đợi chờ
Xa bóng em yêu hình bạn cũ
Mảnh đời khô can thiếu niềm mơ

Tôi đi trong gió trời u ám
Bắt gặp tôi buồn với thở than
Nổi trôi lẩn quẩn bao giờ tận
Những lúc gian nan lắm phũ phàng
Tình thoáng chia tay dở khóc cười
Niềm vui lặng mất giữa ngày trôi
Trong tôi còn đậm màu nhung nhớ
Kỷ niệm qua mau của cuộc đời

Rồi mai nắng đổ giữa bình minh
Đổ giữa lòng tôi những sự tình
Trong tim rất đẹp nhiều rung động
Tiếng nhờ ba gọi đứa con xinh

## TÌNH ƯU TƯ

Mơ mộng đường đời phải nghiệp dư
Anh đây em đó rã bao chừ
Mặt không thấy mặt chia lìa xứ
Tình chẳng nên tình đoạn dứt thư
Hai ngõ bướm hoa sầu đếm đủ
Nửa đời hương phấn khổ tìm dư
Biệt tăm bóng cũ không hồi khứ
Thương tỏ cùng ai nỗi tạ từ

## TẾT

Nằm đây Tết đến nhớ làng tôi
Kỷ niệm thân thương nhắc hiện rồi
Câu liễn mực tàu bày khắp lối
Tiếng tiêu nốt nhạc vọng quanh đời
Kẻ ưa dạo phố xem đua hội
Người thích vào am khấn vái lời
Con tạo xoay vần thời thế đổi
Tình quê mang nặng chẳng hề vơi

# XUÂN

Tết nhứt ngồi nghe nhạc thấy buồn
Thời gian chôn lấp những yêu thương
Bên nồi bánh tét cha châm lửa
Trước bục bàn thờ mẹ thắp hương
Mắt ngắm mai xoè vui đáo để
Tai nghe pháo nổ rộn vô thường
Thoáng đời thay đổi vùi bao lớp
Xuân biệt người thân cũng đoạn trường

# NÓI VỚI NGƯỜI YÊU

Bậu ơi tình cách chớ u buồn
Cố sống để lòng dệt mối thương
Phận liễu lo âu nhoà mắt lệ
Kiếp hoa rơi rớt nhạt mùi hương
Cởi hồn xây ước trong lầu quý
Lột xác tìm yêu giữa cõi thường
Mây gió trăng sao yêu dấu hỡi
Cùng ta vun hạnh phúc miên trường

# Mừng Xuân và Sinh Nhật

Mai vàng pháo đỏ đón em tôi
Sinh nhật ngày vui sắp đến rồi
Mời chiếc bánh Xuân mừng thọ tuổi
Nâng ly rượu Tết chúc yêu đời
Nắng hồng hoa nở tươi bao lối
Mực tím thơ ghi đẹp lắm lời
Rồi vẫy tay chào xa cách vội
Mối tình xưa cũ nhớ không vơi

# Mưa

Mưa bay lành lạnh tím không gian
Mưa vắng em yêu lụy nhỏ hàng
Mưa đổ xứ người buồn cách cội
Mưa rơi đất mẹ khổ chia đàn
Mưa mang đông đến sương giăng trắng
Mưa đón thu qua lá rụng vàng
Mưa ướt nửa đời đong chẳng dứt
Mưa lòng thương tiếc cuộc tình tan

# Hạ

Hạ nồng ấm ngự giữa dương gian
Hạ phượng ve reo mộng kết hàng
Hạ giục thơ đề vui ý chữ
Hạ đi mưa đổ ướt cung đàn
Hạ gieo nắng đẹp đời tươi thắm
Hạ tiễn người xưa kiếp héo vàng
Hạ của tôi yêu giờ đã biệt
Hạ còn đây lệ khóc ly tan

# Nhớ

Xuân đến lòng nao nhớ ngẩn người
Quê hiền cảnh đẹp của tôi ơi
Rộn ràng phố chợ còi xe hụ
Ấm áp đồi nương vạt nắng rơi
Mái đẩy buồm căng vui sóng nước
Ve kêu vượn hú lộng mây trời
Bức tranh sơn dã xanh như ngọc
Đọng mãi dư âm tiếng bạn cười

# Người Đi

Người vội đi theo một bóng người
Để buồn xót đọng dấu yêu ơi
Hắt hiu kỷ niệm nằm trơ mủi
Êm đẹp duyên thề vuột héo rơi
Nỗi nhớ hai nơi chia khác lối
Niềm yêu một thuở tách xa trời
Mơ hình tưởng bóng ai còn vói
Ai bỏ tình ai dở nụ cười

# Áo Trắng

Áo trắng bay bay áo mỹ miều
Đắm say bóng ảo lắm chàng yêu
Đêm ôm gối chiếc tình than ít
Ngày nhớ người dưng mộng dệt nhiều
Lạnh nhạt duyên hờ tơ nguyệt rối
Long đong số hẩm bến bờ neo
Về đâu một mối tương tư nặng
Ruột quặn gan cào vẫn cố đeo

# Ừ Thôi

Hơn năm gặp tỏ bao lời
Còn chăng xa lạ nụ cười tái tê
Một lần tình rã đam mê
Bước chân xiêu lạc đi về quạnh hiu

Yêu em yêu chỉ một chiều
Vấn vương lòng nói bao nhiêu cho vừa
Nẽo đời lận đận sớm trưa
Tình con nước cuốn phủ mưa gió buồn

Bao lần nắng tắt hoàng hôn
Bao yêu gậm nhấm ngõ hồn đớn đau
Em đem mơ mộng xây lầu
Có thương nghĩ đến tình sầu lứa đôi

Nằm căn gác vắng mồ côi
Buồn giăng kỷ niệm nổi trôi phố hoài
Ừ thôi lược chải trâm cài
Cứ vui lên nhé mặc ai lạnh lùng

# Biết Rằng

Biết rằng đời gió mưa rơi
Biết tình dang dở nổi trôi chập chờn
Chẳng van xin chẳng giận hờn
Thương em thương cả nỗi buồn của tôi

Rồi hai đứa cách hai nơi
Đường đi xa hút rẽ đời cô đơn
Đời ri biết nói gì hơn
Nặng hồn sâu đọng từng cơn muộn phiền

Âu lo kéo đến hai miền
Sống là cõi tạm oan kiên chuốc sầu
Đời nay không biết về đâu
Làm sao hiểu được mai sau thế nào

Gánh buồn đổ xuống vực sâu
Mấy ai đổ hết buồn màu tóc tang
Biết tình dan díu trái ngang
Và tôi cũng hiểu cảnh nàng giống tôi

# Mãi Buồn

Muốn quên muốn dứt nỗi buồn
Sao tình đeo đẳng còn thương dáng hè
Yêu thầm mây phủ sương che
Nhìn theo áo trắng lòng nghe não nề

Lớn nuôi mộng giữa cơn mê
Em lên xe cưới hả hê với người
Nhắc thời phượng đỏ lá rơi
Xót tôi kỷ niệm lối đời đi qua

Hắt hiu tuổi xế bóng tà
Ngồi thương thơ ấu ngọc ngà vầng trăng
Tình xưa ai có nhớ chăng
Mối sầu tim não buồn giăng mây trời

# Người Đã Đi Rồi

Người đã đi rồi tội kẻ trông
Đất trời chao đảo bão đời đong
Phú thơ thổn thức chờ hiên vắng
Môi mắt co ro đợi má hồng
Trăng khuyết tình tan trăng vỡ mộng
Cảnh buồn người biệt cảnh hờn đông
Hãy vui chớ ngại đừng giao động
Vì sẽ bên em có bạn lòng

# Tình Ngăn Cách

Ngắm hạt mưa rơi chạnh xót lòng
Nhớ thương thương nhớ mối tình đông
Người hong kỷ niệm sương giăng trắng
Kẻ đón tương lai má điểm hồng
Chốn đến an nhàn đời nắng chói
Nơi chờ hụt hẫng lệ mưa đong
Trước chung nhịp bước nay riêng lối
Hai cách ngăn rồi thôi hết trông

# Nợ Tình

Nhặt cánh hoa rơi nghĩ tủi lòng
Thương thầm tình cạn đọng mưa đông
Ông trời kiếm cớ chia duyên thắm
Bà nguyệt dò tin cắt chỉ hồng
Phận gái truân chuyên thân khổ chịu
Đời trai đơn chiếc kiếp buồn đong
Em ơi nợ trước đeo theo mãi
Giờ phải xa người để đợi trông

# Mì Quảng

Mì Quảng ngon nhờ tiêu ớt cay
Nước lèo thơm phức ngửi thèm ngay
Đậu rau trộn lẫn và nghe đã
Tôm thịt xào chung ngửi thấy say
Anh vội vã ăn quên đói sáng
Chị hì hà húp đón vui ngày
Người đông gánh nhẹ nồi khô ráo
Lời khẩm chủ cười tự xướng hay

# Phụ

Yêu nhau chưa thấm chịu nhiều cay
Em gã chồng giàu nới kẻ ngay
Phụ nghĩa quên tình duyên đổ gãy
Theo đèn bỏ bạn bóng vùi say
Hết câu thơ đẹp in trang giấy
Tắt tiếng người vui giỡn tối ngày
Trời đất quay cuồng đời chán ngấy
Lòng nầy vỡ nát có ai hay

# Em

Em nhận thư tình quýnh nhảy tưng
Em quơ tay múa động khu rừng
Em thoa phấn để bồ ưng nựng
Em vẽ mặt cho mẹ thích cưng
Em hát nghêu ngao câu thú hứng
Em cười toe toét giọng reo mừng
Em trau nhan sắc qua khuya lựng
Em đợi bạn đời đến bế bưng

## Ai

Ai quen cà nhổng sống cà tưng
Ai cậy quyền uy xử luật rừng
Ai bỏ xóm làng tìm đất đứng
Ai lừa bè bạn đoạt bồ cưng
Ai xây nhà lá cây chôn dựng
Ai đắp chăn bông cẳng duỗi mừng
Ai lắm bạc nhiều tôi tớ nựng
Ai nghèo ở xó ruột sôi bưng

## Nhớ Xưa

Nhớ bạn bè xưa quanh quẩn chơi
Tắm trần kéo bọn đợi mưa rơi
Chạy băng lối xóm chân đùa lối
Ngồi tụ ven sông mắt ngó trời
Khi lớn va đời nghe dạ mỏi
Lúc già gặp mặt thấy lòng tươi
Nhắc bao kỷ niệm thêm hồ hởi
Nói kể thao thao khó hết lời

## Không Tiền

Không tiền đi phố biết đâu chơi
Bóp có vài đồng đã đánh rơi
Quần mặc ống mòn nong rách gối
Áo tròng cổ chật rán kêu trời
Chị nhìn nghiêng nón lòng la rủi
Cô thấy lắc đầu mặt xóa tươi
Kẻ trốn người lơ như tránh hủi
Thân đau nhức chẳng tỏ nên lời

## Nhớ Ai

Thương nhớ người dưng sóng dậy lòng
Ngày rầu tháng tưởng lẽ nào không
Trưa ngồi tựa cửa chờ mail mới
Chiều đứng nhìn mây ngóng dáng hồng
Nước chảy hoa trôi vùi chữ hẹn
Gió gào mưa dội nát tin mong
Bước đêm lạnh lẽo đo đường vắng
Ai biết tình ai lội ngược dòng

# Em Hỡi

Em hỡi yêu anh có thật lòng
Có tình chung thủy tặng cho không
Giàu nghèo chẳng ngại xây duyên mộng
Đẹp xấu đâu ngăn gởi má hồng
Sửa túi nâng khăn điều mãi ngóng
Nhường cơm xẻ áo chuyện hằng mong
Rủ rê đêm tối trao tim nóng
Ngày rảnh lắm thơ họa đối dòng?

# Kiếp Nghèo

Trời đất âm u nắng trốn ngày
Nghĩ thương đời khổ tại quê thay
Lưng còng tay lấm lo nương rẫy
Gió thổi mưa gào lay lá cây
Cuốn mộng trôi theo con nước chảy
Bỏ yêu lạc giữa áng mây bay
Giàu sang thanh thản tìm đâu thấy
Quần quật nuôi thân nợ vướng đầy

# NGHÈO MÀ VUI

Nghèo vẫn an tâm giỡn tháng ngày
Quây quần bè bạn sống vui thay
Chữ đề trên vải tươi màu ái
Nắng đổ ngoài hiên rợp bóng cây
Bướm lượn chim vờn xoè cánh nhịp
Anh đàn chị hát thả hồn bay
Bay trong thế giới xanh mơ ước
Kết nghĩa tình thâm hạnh phúc đầy

# CHÀO

Nắng sớm lung linh nắng tỏa ngày
Gặp người hiền cũ đáng mừng thay
Lời trao thơ chúc ghi trên giấy
Tay bắt mặt mừng rộn dưới cây
Ở cứ lâu lâu xin mãi thấy
Đi thì chậm chậm chớ mau by
Đờn ca sáo thổi chen dìu nhảy
Quên số cam go khổ chất đầy

# Chiều Tàn

Nắng đổ ngoài hiên nắng rủ tà
Hoàng hôn tím rịm phủ ngàn hoa
Ngư ông xuôi bến thuyền nan thả
Thiếu phụ hờn duyên mắt lệ nhoà
Đêm tối đêm về giăng xóm lá
Sương mờ sương đến phủ hồn ta
Tha hương lận đận đời băng giá
Ôm mảnh tình đơn đợi tuổi già

# Đông Tà Tây Độc

Một cõi trời đông chính hiệu tà
Lừng danh đảo chủ đảo đào hoa
Cửu âm bí kiếp thề chôn xoá
Mộ địa phu nhân lệ đổ nhòa
Đông thuỷ chung tình ghi khắc đá
Âu cuồng loạn trí lộn quên ta
Võ lâm ngũ bá vang danh giá
Người đọc say mê trẻ đến già
*DEM MI và Thanh Huy*

# TÌNH QUÊ

Qua đông Tết đến rộn ràng
Mai vàng pháo đỏ họ hàng reo vui
Nơi đây gió lạnh bùi ngùi
Vẫn tình hai ngã xa xôi ngày về

Xa lòng nhớ Mẹ nhớ quê
Con tim canh cánh bên tê chẳng rời
Xanh xanh ruộng lúa biển trời
Nón nghiêng áo trắng em cười làm duyên

Tình yêu chơn chất dịu hiền
Tiếng ca mộc mạc cất lên câu vè
Cây đa bến nước cầu tre
Khói bay nồm thổi vân vê mái nhà

Êm đềm như bản tình ca
Như lời ru Mẹ thiết tha bồi hồi
Đi đâu cũng nhớ quê ơi
Bao giờ về lại thắp đời lên hương

Nối tình vui vẻ bốn phương
Người người sum họp yêu thương tràn trề

# TÌNH BẠN

Các bạn ơi tôi thương bạn lắm
Quen từ khi áo trắng quần xanh
Xe đạp cũ dăm đứa lượn quanh
Phố Đà Nẵng trưa hanh chiều nhạt
Chè Ngã Năm đậu xanh thơm ngát
Bún bà Vui đậm nét Huế thơ
Diệp Hải Dung kem bảy màu mơ
Ăn từng muỗng ngâm thơ mát ruột

Rạp Tân Thanh tiếng hò não nuột
Bài "Ai ra xứ Huế" ngọt ngào
Để sông Hàn cậu Quãng nôn nao
Thương cô gái bến đò Vĩ-dạ
Chưa khôn lớn mà yêu có đã
Thấm tim ngây thơ kẻ học trò
Mặt thản nhiên sao dạ cứ lo
Khi áo trắng chưa qua lối ngõ

Nẩy bạn kề tai tôi hỏi nhỏ
Tình ngày xưa đã khổ bao lần
Hay chỉ thời hoa bướm xa xăm
Đâu dám nhận yêu thầm khóc vội
Trường xưa tiễn bạn đi muôn lối
Giờ rêu xanh bóng đợi bên tê
Ghế phấn bàn buồn vắng ủ ê
Hồn năm cũ có về bến đợi

Mới đó đã tóc đà bạc rối
Đời thay vẫn không vơi tình bạn
Nhiều ơn nghĩa giữ theo năm tháng
Hãy thương yêu dù lạc phương trời

# Trời Vào Thu

Hôm nay trời vào thu
Không gian ẩm sương mù
Mây là đà xuống thấp
Phủ tình đời ảo hư

Tình trôi về xa xôi
Có ngây thơ một thời
Tựu trường chân theo mẹ
Ngày đẹp lắm thu ơi

Nay mẹ về đất lạnh
Con lang thang xứ người
Bước ngõ đời cô quạnh
Nhớ tiếng hát ru nôi

Thu đây buồn lạ hoắc
Ít thấy lá chao rơi
Không nai vàng ngơ ngác
Giữa tháng ngày nổi trôi

Bóng thu sầu im ắng
Phủ mây dày đầu non
Sương thu rơi trầm lặng
Rót đau tận đáy hồn

Chạnh đi tìm quá khứ
Thương áo trắng em bay
Thương tình xưa ấp ủ
Như cơn mộng lưu đày

## Quê Hương

Ai bỏ quê đi lại chẳng buồn
Xa đồng lúa chín gió vờn hôn
Diều bay lờ lững trên trời lộng
Thuyền lướt gian nan giữa sóng dồn
Rừng rậm chim vui kêu ríu rít
Núi cao chùa đẹp đứng chon vọn
Cong cong chữ S hình non nước
Dạ tưởng lòng thương nhớ mỏi mòn

## Buồn Tình Xa

Ai giúp tôi xua bớt nỗi buồn
Không nhà thiếu bạn héo tim hôn
Tình cơn lốc xoáy sầu đi biệt
Yêu giấc mơ tan khổ đến dồn
Hai cảnh hai lòng trôi ảm đạm
Một thân một bóng đứng chon von
Kẻ nơi xứ lạ người quê cũ
Dâu bể đời xoi ước vọng mòn

# Thiếu Bà

Nếu ở dương gian biệt bóng bà
Đất trời nghiêng ngửa nhạt hương hoa
Cụ nằm co ró lười lay động
Trai đứng liêu xiêu biếng hát ca
Thiếu bóng trẻ đèo sao sướng hả
Vắng người em nựng sẽ buồn nha
Mẹ không chị chẳng ai cơm nước
Ai tiễn chồng đi chiến trận à

# Nhớ Cố Hương

Lâu chẳng về thăm lại cố hương
Thương yêu kỷ niệm đến vô thường
Chim kêu còi hụ vang rền xóm
Kẻ gánh người bưng rộn rã đường
Lúa trổ thơm lừng bên phố thị
Cỏ nằm xanh ngát dọc bờ mương
À ơ tiếng vọng ru con ngủ
Nhớ mẹ cha ghê dạ lắm buồn

# Thương Về Đất Mẹ

Đất Mẹ ấm nồng thắm sắc hương
Cách xa bao cũng giữ bên thường
Ngán thời ly loạn người đi ngã
Tội cảnh lầm than kẻ ngủ đuường
Khổ cánh chim vùi trong bão tố
Vui loài hoa nở giữa khe mương
Vẫy tay mỗi lúc lòng ray rứt
Quê thiếu đời ai chẳng tủi buồn

# Nhậu Nhẹt

Một ngày nhậu nhẹt một lần: ngon
Hai vắng người yêu khổ vướng: tròn
Ba bữa cơm rau nhìn thấy: nản
Bốn bên bè bạn hét hò: tôn
Năm canh chén uống im lìm: rót
Sáu khắc tình kêu ròng rã: tuôn
Bảy nổi ba chìm danh lợi: hão
Tám thương mười nhớ bậu tôi: buồn

# Thăm Hội An

Về thăm lại Hội An chiều mưa lũ
Nước ngập đường cây rủ phố chơ vơ
Gặp người em đứng trước cửa đợi chờ
Rất quen thuộc dáng ngây thơ ngày đó

Mưa Cửa Đại ngậm ngùi bay trong gió
San sát nhà tìm đâu có người xưa
Biển lạnh tanh sóng trắng vỗ xao bờ
Trời đất lạ bơ vơ thành phố Cổ

Đây bến nước cá hai dòng mặn lợ
Đường Chùa Cầu hẹp nhỏ chẳng xe qua
Chùa Phúc Kiến uy nghi hương khói tỏa
Đêm hoa đăng đèn sáng tỏ sông mờ

Đây cao lầu ngon đến ngẩn ngơ
Ăn khoái khẩu không bao giờ tả hết
Bắp Thuận Tình bánh su sê chè nếp
Mì Cẩm Hà đặc biệt biết tìm mô

Nhớ tình em ngày tôi mới ngỡ
Tươi nụ cười má đỏ mắt môi chờ
Tà áo trắng khép nép vờn trong gió
Ngoài lặng thinh trong tình dậy vô bờ

Hội An còn bao nét đẹp nên thơ
Thôi chào nhé kỷ niệm mơ ngày trước
Muốn ra đi mà chân ngại bước
Xa dấu yêu quên chẳng có bao giờ

# Cám Ơn Em

Cám ơn em gọi viết vần thơ
Kỷ niệm thân thương chẳng xóa mờ
Gắn bó tâm tư xây kiếp nợ
Dựng tô hy vọng thoả niềm mơ
Bao lần mail gởi lời thương nhớ
Suốt kiếp hồn ghi mối đợi chờ
Tình nghĩa ấm êm nồng tiếng thở
Chứa chan hạnh phúc tự bao giờ

# Vui Cảnh Thanh Nhàn

Một cõi riêng mình rượu với thơ
Kêu mây lướt gió đón sương mờ
Sáng nghe chim hót chào hoa nở
Tối ngắm trăng lên rọi lối mơ
Chuốc chén ân tình khoe mộng trổ
Ngâm câu nhân ngãi dệt duyên chờ
Trải lòng thương mến cùng em đó
Tô đắp tương lai đẹp mỗi giờ

Số đời đơn lẻ vết nhơ
Buồn duyên cũng muốn lên chùa tu thân
Kệ kinh khó phủi bụi trần
Nghĩ câu thơ họa bâng khuâng nhớ người

# Tim Không Bán

Tim người đâu bán để mà mua
Hệ trọng thân đâu chuyện giỡn đùa
Nhận đẹp số vui vun kiếp ngọt
Gặp buồn phận mạc chịu đời chua
Chung lòng mặn đắng đừng quên bạn
Trọn nghĩa buồn đau chớ ẩn chùa
Kẻ tục người tu e khó gặp
Thơ tình xướng họa tỏ hơn thua

Tim sầu biết bán cho ai
Trao thân tình sẽ theo hoài ngàn năm
Bỏ sau lưng mối nợ nần
Đẹp soi trước mặt một vầng trăng thơ

# Xin Bán Tim Tôi

Con tim tôi khổ biết ai mua
Nếu thật lòng xin đến chớ đùa
Bán có dăm đồng nên chỉ thắm
Cho thêm nhiều mộng xóa tình chua
Không cần năn nỉ nhờ trời đất
Chẳng phải âu lo cậy phật chùa
Trao gởi chân thành tình lý tưởng
Tránh xa đời lụy lắm ăn thua

# Tình Đời

Giấc ngủ đêm đầy mơ mộng: ngon
Thương em tình đậm đắp vun: tròn
Lại qua vui vẻ ân tình: quý
Ăn ở hiền hòa đạo đức: tôn
Vướng đục vinh hoa dương thế: nản
Gạn trong chân thật bạn bè: tuôn
Vẩn vơ đánh bóng trăm năm: hão
Xa vắng người yêu tím dạ: buồn

# Nhớ Một Thời

Đêm buồn ngồi nhớ chị ghê
Nơi xa có lạ có bề nào vui
Hay tình chị cũng giống tôi
Nhớ quê thầy bạn nhớ người mến thương

Cách nhau mấy tiếng đường trường
Mà lòng ngăn cản bởi sương khói nhiều
Ẩn tình trong trái tim yêu
Có còn sót lại ít điều đau thương

Đời còn trải thảm văn chương
Cho tình qua chị vấn vương ngõ hồn
Đêm nay trăng vắng sao không
Trời mây xuống thấp khép lòng chẳng vui

Gió mưa bao phủ cuộc đời
Trăm năm tình đoạn đứng ngồi tiếc thương
Lần xa đau đủ đoạn trường
Ai gieo nhiều khóc nơi quê hương nghèo

Hè không phượng đỏ ve kêu
Đâu ngày ấm áp thương yêu ngập tràn
Phải không chị của mơ màng
Một thời vang bóng sắc nàng Tây Thi

Em gọi tên chị là chi
Lầu Hồng xưa ở thăm khi trở về
Cao Đài vang tiếng chuông khuya
Nguyễn Hoàng cây đứng bên lề trông ai

Chị ơi đời ngắn tình dài
Một thời áo trắng qua ai lòng buồn
Nhớ người như nhớ tình chung
Nhớ cơn nắng hạ nhớ khung học đường

Nhớ thời đất nước nhiễu nhương
Mẹ cha anh chị mỗi phương nghẹn ngào
Ra khơi nhớ những chuyến tàu
Tình xa vời vợi trôi đâu hỡi tình

Ai về Đà Nẵng quê xinh
Còn nghe người gợi bóng hình ngày xưa
Chị tôi áo đẹp bốn mùa
Nết na hiền hậu người đưa kín rào

Đủ lòng cậu trẻ nao nao
Mơ nàng tiên nữ bến nảo rất xa

# Mối Tình Câm

Mải mê theo đuổi mối tình câm
Hớn hở tâm tư cứ nghĩ thầm
Hai quả tim kề xây mái ấm
Một dây duyên kết trói tình thâm
Gió mưa trời cứ chung ôm mộng
Dâu bể đời không nản tách lòng
Bỗng nhận tin vui đau khổ lắm
Bỏ tôi em vội bước theo chồng

Bỏ tôi em vội bước theo chồng
Ai sướng ai hay chuyện nát lòng
Pháo đỏ tung bay tình nở thắm
Tơ hồng rơi rớt mắt quầng thâm
Tương tư một mối vui thân đắm
Xa cách hai nơi tội ước thầm
Thôi hết ảo huyền mơ với mộng
Hết mê theo đuổi mối tình câm

# VẮNG VẦN THƠ

Không gian trống rỗng vắng vần thơ
Thoăn thoắt thời gian gõ hững hờ
Cắn bút sửa câu câu viết lỡ
Vạch tim tìm bóng bóng đành ngơ
Duyên tan mộng rã xa người nhớ
Gió gọi mây kêu vắng kẻ chờ
Trăng rụng sao rơi buồn nức nỡ
Thương ai ai biệt vỡ tình mơ

# ĐẸP TÌNH THƠ

Được người quen ghé đọc trang thơ
Tự nhủ đừng nên hững với hờ
Đa tạ lời khen không tránh trớ
Đón mừng tay bắt chẳng làm ngơ
Lâu lâu gọi nói câu thương nhớ
Rảnh rảnh tìm trao tiếng đợi chờ
Lời chúc đẹp như hoa mới nở
Nghĩa tình đầm ấm thấm niềm mơ

# TÌNH ĐẮM

Em nhớ ai mà cứ ngóng trông
Mưa chiều gió sớm lẻ phòng không
Tình quen lại biệt tình tan mộng
Bóng đến rồi đi bóng giữ lòng
Chăn gối quạnh hiu sầu lắm phận
Ái ân hiu hắt lạnh từng đông
Đẹp ngày tháng trước xa lồng lộng
Thương mối tình đau đắm giữa dòng

# EM ĐÃ XA RỒI

Em đã xa rồi hết đợi trông
Hận người quên cũ hứa rằng không
Vào ra thơ thẩn ngẩm thương bóng
Ngồi đứng bơ vơ khổ nhói lòng
Kỷ niệm vùi tan trong ác mộng
Tơ duyên rời rã giữa tàn đông
Tình đi hụt hẫng tình hoang vắng
Bến đổ thuyền trôi cũng rẽ dòng

# Mới Quen

Mới quen chưa thấm đã rời nhau
Văng vẳng trong tim tiếng gọi đầu
Thương mến âm thầm thương ngấn lệ
Hẹn hò xa vắng hẹn tình Ngâu
Chia tay lời nói ghim lòng thảm
Rẽ lối thơ yêu viết chữ sầu
Hai ngã cách ngăn hai ngã lạ
Một tình dan díu biết về đâu

# Quen Rồi Khổ

Lỡ vướng quen rồi dứt dễ đâu
Tình con sóng vỗ buốt tim sầu
Đắp xây kỷ niệm thành sương khói
Thương nhớ bóng hình nhỏ giọt Ngâu
Nghiệt ngã tơ chùng buồn một thuở
Long đong phận bạc khổ hai đầu
Rượu mừng chưa uống duyên đành lỡ
Qua lại thôi rồi vẫy biệt nhau

# TÔI ĐI

Xa quê nhớ mấy cho vừa
Rừng thông mái lá rặng dừa lao xao
Người qua kẻ lại vui chào
Quen em gái nhỏ giú vào buồng tim

Nết na hiền dịu chân tình
Đôi mươi tôi được đón nhìn vẻ vang
Tình không mờ với thời gian
Có sâu khúc ruột xóm làng người xưa

Mẹ tôi gánh mắm sớm trưa
Nuôi con ăn học gió mưa dãi dầu
Căn nhà lá mẹ ở lâu
Chứa bao kỷ niệm đẹp màu tuổi thơ

Biển xanh sóng vỗ xao bờ
Lâu đài cát dựng ước mơ tháng ngày
Vui nhìn bông cỏ may bay
Cánh diều cao vút vờn say gió nồm

Tôi đi tìm chuyện tình buồn
Cách xa bao đỗi người thương đâu giờ
Còn đây nỗi nhớ vô bờ
Tai ương vùi lấp em thơ lâu rồi

Chiều nay gió thổi bời bời
Nỗi lòng cảm xúc trong tôi dâng trào
Quanh đây dấu cũ tình sâu
Giờ trôi xa vắng chìm mau giữa đời

Tôi ngồi im lặng nhìn tôi
Thương bao người sống cùng thời về đâu
Bể dâu đời mãi vướng sầu
Biết ngày mai có gặp nhau chốn nào

## Buồn Tôi

Cây lặng đừng lay gió gió ơi
Cái tôi đáng tội chịu lâu rồi
Lang thang giữa thế người thưa hỏi
Lạc lỏng bên đường mưa nặng rơi
Le lói ánh đèn soi bóng đợi
Quẩn quanh lối ngõ kiếm tình trôi
Thế gian lắm sự nhiều thay đổi
Biết có ai thương sót khổ đời

## Xứ Người

Ráng ở em ơi ở xứ người
Lạ trời lạ đất biết sao vui
Đêm nằm thao thức không ai hỏi
Ngày đến lo âu thiếu tiếng cười
Lối dạo qua đường đường vắng lủi
Chân đi ngắm nắng nắng buồn rơi
Âm thầm tình cách lìa tay với
Cứ sống rồi quen bạn với đời

# ĐÀ NẴNG

Đà Nẵng mưa rơi thấm giọt buồn
Sơn Chà núi sẫm nhuộm hoàng hôn
Sông Hàn dòng xoáy trôi lờ lững
Non Nước chuông reo đổ dập dồn
Lối xóm quê nghèo nằm lặng lẽ
Cây đa bến vắng đứng chon von
Người xưa trường cũ tìm đâu gặp
Ngó hướng trời xa nhớ mỏi mòn

Ngó hướng trời xa nhớ mỏi mòn
Sáng ra chim hót ví cùng von
Mây bay sà thấp chia làn mỏng
Chuông đổ rền xa vọng tiếng dồn
Thương mẹ cực đời mang kiếp đoạ
Yêu em hiền nết tặng môi hôn
Bao giờ thấy lại ngày quen thuộc
Đà Nẵng mưa rơi thấm giọt buồn

# Nhớ Chị

Đã mấy năm rồi chẳng gặp thăm
Chị mình trơ trọi biết làm răng
Chén cơm manh áo đời bươi chải
Mùng rách chăn đơn thiếu chỗ nằm
Chị khổ thêm đàn con nheo nhóc
Nhà tranh vách đất cháo rau hâm
Hẩm hiu bếp núc đèn leo lắt
Vá áo con bên tiếng thở thầm

Chị buồn em có sướng vui đâu
Tiền khô túi cháy bụng thêm sầu
Nơi xa lận đận đời sương gió
Nhớ chị thân gầy xác khổ đau
Không biết làm sao để chị vui
Mẹ cha cô bác khổ bao đời
Rưng rưng lệ chị nơi quê tủi
Khổ lòng em cũng chẳng hề vơi

# Lên Chùa

Hai người chiều vắng đứng chơ vơ
Kẻ luống đau thương kẻ đợi chờ
Năm tháng luống đời xa lối phố
Trăm năm bến nước rõ tình thơ
Mộng mơ kẻ gặp bờ môi tỏ
Thương nhớ người đi vó bụi mờ
Lối cũ đường mòn ngơ mắt ngỏ
Lên chùa cô gái bỏ tình mơ

# Tình Xa

Yêu em lận đận sống bơ vơ
Biết có niềm riêng để đón chờ
Cảnh vật im lìm lơ tiếng gió
Tâm tình tím rịm gõ hồn thơ
Yêu xa rồi dứt trơ duyên nợ
Tình đến lại đi khổ bến bờ
Ôm mối si cuồng xơ xác đó
Tìm đâu người mộng tỏ niềm mơ

# TÌNH TÔI

Tôi đi trong gió bay bay
Gió ơi xin gởi tình say đến người
Đã lâu cách mỗi phương trời
Vẫn yêu ray rứt vẫn đời chờ mong

Có xa mới biết khổ lòng
Gần nhau không đặng ngóng trông dáng về
Nơi nầy tơ tưởng bên tê
Ngày lên đêm xuống đôi bề xót xa

Ai bơ vơ giữa chiều tà
Ai hun hút đợi xe hoa pháo hồng
Có nghe lời gió bên song
Hát câu nhung nhớ mặn nồng tái tê

Ta thương ta giữa cơn mê
Ấp ôm mộng thuở đi về có nhau
Lời thơ tiếng nhạc ban đầu
Chỉ là ảo vọng lấp sâu nghĩa tình

# Đường Khuya

Đường khuya trời vắng lạnh lùng
Mưa rơi sương xuống mịt mùng thế nhân
Yêu thương có nhớ vạn lần
Cũng là dư lệ ái ân nát nhàu

Bể dâu tìm gợi cho nhau
Tình xưa nghĩa cũ thay màu đổi ngôi
Một yêu bánh vẽ tôi ơi
Bài thơ kỷ niệm khóc cười dở dang

Tôi đi tìm chút nắng vàng
Nắng tan úa giữa hôn hoàng tôi đi
Ngày mai ngồi tưởng nhớ chi
Chỉ là hư ảo trồng si một thời

Lối chiều vàng vọt lá rơi
Rơi bao nhiêu lá phủ đời thêm đau
Cánh hoa năm trước xếp sầu
Tình xưa rẫy chết bên cầu gió mưa

Trời mù sương lạnh người thưa
Một mình khuya sớm đón đưa một mình
Câu thơ buồn tựa lời kinh
Bóng mờ nhân ảnh chứa tình phai phôi

Nắng lên suối bọt mồ côi
Đường trần đông quánh tặng tôi muộn phiền
Về đâu ngày tháng dịu êm
Âm thầm nỗi nhớ gọi tên bạn lòng

Quẩn quanh trong xác thân nằm
Nặng tình lưu luyến trăm năm nhục hình

# Nhớ Em

Ngày tháng cứ trôi trôi
Tình xa tình vẫn đợi
Gặp nhau mừng bao nỗi
Còn trong giấc mơ thôi

Bóng hình in sâu tim
Thơ bày tỏ tâm tình
Đời chia mỗi cánh chim
Lạc giữa trời vô định

Chờ em bên song thưa
Chờ nụ tình đong đưa
Tình đi qua mấy mùa
Mấy nặng lòng gió mưa

Sầu tụ xanh gốc rễ
Thương yêu héo não nề
Bao giờ gặp em để
Vui say tình sớm khuya

# Hai Mình

Hai mình nắm đất ở chung nhau
Ăn uống riêng tư có lẽ nào
Phố đã lên đèn tìm chốn đạo
Tiền vừa khui kết gặp người trao
Nói năng tiếng Việt lời huyên náo
Viết lách câu thơ ý dạt dào
Quê vẫn mang theo dầu gió bão
Dầu đời chuyển kiếp đổi thay sao

# Quê Và Em

Em giờ nơi ấy sống ra sao
Đất lạ cô đơn chắc lệ trào
Tết thiếu pháo mai lòng áo não
Xuân xa làng xóm dạ thương đau
"Đường xưa lối cũ" còn in dấu
"Khúc hát ân tình" mãi réo câu
Vắng tiếng cha yêu lời mẹ bảo
Con ơi quê lạc nhớ tìm nhau

# Vắng Em

"Đời vắng em rồi vui với ai "
Kẻ nam người bắc cách nhau dài
Bần thần đi đứng không ai hỏi
Thấp thỏm vào ra chẳng kẻ coi
Ngày đến ngại ngùng lo sức mỏi
Đêm nằm thao thức gọi tên dai
Một lần xa để buồn ngang trái
Cái nợ thương yêu cắn rứt hoài

Cái nợ thương yêu cắn rứt hoài
Em xa để nhớ bóng hình dai
Kiếm tìm đường sá đi lười hỏi
Giặt giũ áo quần phơi biếng coi
Sáng sáng ngại ngùng ra nắng chói
Đêm đêm thao thức thở hơi dài
Bạc tiền đâu thiết tiêu xài mãi
"Đời vắng em rồi vui với ai"

## Cốc Vắng

Lâu nay đến Cốc có ai chào
Trống vắng trong ngoài cỏ mọc cao
Chẳng bạn nói năng thân chán chóng
Không em han hỏi kiếp sầu mau
Lời thơ trốn nhảy câu mờ hiện
Chữ nghĩa lìa trôi ý khó đào
Ngày cứ qua ngày cô độc sống
Vào ra bực dọc biết làm sao

## Cốc Vui

Bạn quý vào đây gởi tiếng chào
Tuyệt Tình rộn rịp giữa trời cao
Người ngâm thơ ý tô đời đẹp
Kẻ viết văn lời đáp nghĩa mau
Trai kén duyên nồng ràng chỉ đỏ
Gái trao mộng thắm tặng môi đào
Làng trên xóm dưới năng lui tới
Đêm tiệc mở đèn sáng tựa sao

# Trường Làng

Khi nhỏ lòng yêu giọt nắng vàng
Chim bên song cửa hát điệu thương
Mẹ ngồi bếp ấm hâm nồi cháo
Sáng dậy con ăn lót dặm đường
Trường học đi về chẳng mấy xa
Đường băng cát dẫn đến sân ga
Qua sân ga hụ trường tôi đó
Mái lá đơn sơ tựa mái nhà

Bàn ghế lâu mòn gỗ cũ ghê
Bốn bên chẳng vách chẳng song che
Tháng ngày mưa gió ôi là lạnh
Nhưng vẫn đông vui giống hội hè
Tôi xa trường cũ đã nhiều năm
Lên tỉnh thành xa dấu ngõ làng
Trường lớp ngày về thay đổi khác
Mái tôn vách gạch mới trường hơn

Thầy cô bạn cũ dạt về đâu
Cuộc chiến quê vang tiếng nổ đầu
Lâu lắm họa may tìm gặp lại
Phong trần dáng hiểu thấu lòng nhau
Xa nữa trường xưa với bạn đường
Vượt trùng xa nữa với quê hương
Nơi đây khu học ôi tươm tất
Bụi chuối quê nghèo nghĩ lại thương

Như thương quê sớm nắng chiều mưa
Mái lá trường che rộn tiếng đùa
Trong trắng mộng đầu xanh lớp học
Yêu mình bạn cũ xóm làng xưa
Rời quê chưa được chuyến về thăm
Thấy lại chân quen có mãi nằm
Trên cát trên bùn ngày mới lớn
Để lòng sống lại thuở xa xăm

# Thôi

Thôi tiếc làm chi chuyện chúng mình
Đổi thay mau chóng nghĩ thêm kinh
Tin nhiều để mệt tin hao sức
Nói lắm rước phiền nói đóng đinh
Yêu chỉ yêu hờ lòng mãi khổ
Thương là thương dở trí nào tinh
Kệ thân kệ số duyên trôi nổi
Dẫu tấp phương xa dẫu đóng sình
*Thanh Huy Huu Tran*

# Thôi Đành

Đời có gì vui hỡi bạn mình
Nổi trôi thế sự nghĩ càng kinh
Thương em dặn dạ bền như ý
Kết bạn giữ lời chắc tựa đinh
Tình lại xa vời vai nặng khổ
Bóng đà mờ mịt mắt mờ tinh
Thôi đành chấp nhận ta lìa đó
Sống tạm nơi đây chịu lội sình

# TÌNH BẠN

Trời nắng hạ sao Web mình im tiếng
Bạn bè ơi thăm viếng nói vài câu
Thời gian đi còn lại chẳng nhiều đâu
Lên xuống chỉ mười năm sầu sau đó

Sao nói hết kỷ niệm vui thời nhỏ
Lời cám ơn chưa ngỏ giữ trong lòng
Bạn hiền lành quý mến có long đong
Cũng kệ hãy vài dòng vui tâm sự

Đau buồn đã quá nhiều trong quá khứ
Tiếng trò chưa tỏ đủ để tim reo
Nước sông Hàn bến cũ, mới buồn thiu
Đợi ghế đá gió chiều ru em ngủ

Trường xưa học nằm im hay ủ rũ
Nhặt dùm tôi mộng cũ đủ tên thân
Mắt đen tròn áo trắng cổng rào quanh
Xanh ký ức quê tình khơi điểm lại

Xa bỡ ngỡ gặp vui đừng ái ngại
Tình yêu hồng trang trải sáng trời cao
Chị nói nay tôi nhắc thuở ban đầu
Màu mực tím viết câu tình bạn học

Thế gian bước buồn nào bên cô độc
Xé tan lòng bão lốc nỗi xa nhau
Đường chông gai tự thuở gió mưa gào
Nay vui gặp tuổi già sâu tình bạn

Tôi xa quê chưa về thăm một bận
Nhưng có quê trong bạn gợi tìm nhau
Ra đi quanh lắm câu hỏi tiếng chào
Như tiếng bạn ngọt ngào nghe thắm thiết

Chân thật giữ trong đời chưa nói hết
Nét suy tư hiểu biết tuổi học trò
Yêu là gì tình chứa đọng vòng co
Đời đau khổ buồn lo làm sao diệt

Chị cùng tuổi mạo muội tôi hỏi thiệt
Tình tim rung chị khóc thiệt hay không
Không ngủ ru tình ngủ để yên lòng
Ai được chị lưng tròng rơi nước mắt

Chị sao lớn tôi nhỏ như hạt thóc
Dại vô cùng giữa mưa móc tình yêu
Ai khát khao mong mỏi được nuông chìu
Ai hiền thục đăm chiêu vui đùa giỡn

Hiện tại đời tươi nhắc ngày mới lớn
Tương lai đầy kỷ niệm bóng kề nhau
Dầu tình yêu có khổ đắm bể dâu
Đời vẫn đẹp vuông tròn câu hạnh ngộ

Sáu mươi tuổi sáng đời như trăng tỏ
Chứa tình sâu câu hát ngỏ thành thơ
Quả đất tròn trời có mắt xanh mơ
Tình bạn thấm không bao giờ quên được

# Nhớ

Ngồi nghe nhớ dậy trong lòng
Bạn xưa trường cũ vui không xưa rày
Hay là lạc mất vòng tay
Ở đi con tạo lá lay bày trò

Để mình đất khách buồn xo
Nghe câu hát Mẹ dày vò trái tim
Thơ như dòng nước êm đềm
Bỗng nhiên cuộn sóng ngày đêm dâng trào

Nước trào hay nước mắt đau
Hai phương cách biệt quê nào ta đây
Chiêm bao rụng xuống ban ngày
Giấc mơ thần thánh về đây vui mừng

Não nề dậy khối tình chung
Biệt ly ly biệt đóng khung tình sầu
Bé ơi tiếng hát nhiệm màu
Ru ta xoa dịu đớn đau cuộc đời

Cuộc đời có mấy lần vui
Cái vui vướng khổ cái cười lạnh tanh
Cười mà nước mắt vây quanh
Sống đây sống dở cam đành lại lo

Hà thân qua cậy con đò
Sông Hàn nước chảy thuyền to nặng chèo
Mây bay diều thả gió reo
Bóng em chao nước tình neo nửa vời

Vắng ai vắng những nụ cười
Ngày Xưa Hoàng Thị nổi trôi phương nào
Lầu hồng bóng gọi xôn xao
Cao Đài chuông đổ nao nao xót lòng

Nhọc nhằn một thuở long đong
Sướng vui nào gợi để hong tuổi già
Lặng ngồi nhớ đến quê xa
Đếm ngày điểm tháng vào ra tự trào

Từ nay cho đến ngàn sau
Tình quê gợi cảm tìm nhau chẳng rời
Mặn nồng tiếng gọi em ơi
Ngàn trùng xa cách nổi trôi buồn lòng

Giờ đâu một mối tơ hồng
Đường tơ chằng chịt quấn hong xuân thì
Về đâu một mối tình si
Trăm thương ngàn nhớ lắm khi muộn phiền

Thế thời thời thế đảo điên
Rối răm tâm sự cắt miền thịt da
Sống đây cứ tưởng không nhà
Đứng đi thấp thỏm vào ra bần thần

Nhìn về cố quốc bâng khuâng
Mai đây biết có ngày gần ngày vui
Đón em miệng nở nụ cười
Đẹp như xuân trổ như lời Mẹ ru

Như cơn nắng xoá sương mù
Mối tình ôm ấp thiên thu tìm về
Hát em tiếng hát đam mê
Tình non nước giữ hẹn thề có nhau

## NHỚ THƯƠNG

*( Ngũ độ thanh )*

Khảy nhẹ cung đàn đẫm nhớ thương
Cầu cho ngủ được suốt canh trường
Hòa câu lẻ phận phai nhòa phấn
Trổi khúc hưng tình nhạt nhẽo hương
Gửi nhạc tao đàn xuôi vạn nẽo
Trao vần mặc khách tỏa ngàn phương
Sao đành mãi chịu đời đôi ngả
Cảnh cũ hằng ghi đậm bóng hường

*Vancali 4.12.15*

## ĐÃ NHỦ

Đã nhủ riêng lòng chớ vội thương
Vì ai thức tủi những đêm trường
Mờ phai bóng đổ tan tình mộng
Lạnh lẽo thân nằm tưởng sắc hương
Bạc bẽo duyên hờ vui mấy thuở
Âm thầm phận chiếc khổ nhiều phương
Bờ trôi bến lạc câu thề rã
Mãi ở phòng không biệt dáng hường

# TÌM XƯA

Tuổi ấu thơ tìm nghĩ lại thương
Buồn xa đất Mẹ vẫy ngôi trường
Tình ơi đẹp đẽ in ngàn hướng
Mộng hởi êm đềm tỏa lắm hương
Ảnh cũ nhìn qua lòng nhớ phượng
Trời xưa vẽ lại bút đề phương
Yêu người gặp gỡ đời sung sướng
Giữ chỉ ràng tơ với phận hường

# VỀ ĐÂY
*(Thơ Đường luật Ngũ độ thanh)*

Về đây thấy lại quãng đời xưa
Nghĩa đậm lòng ghi mấy tỏ vừa
Gỏi thích ngon làm ăn mọi bữa
Phòng thuê ấm trọ trải bao mùa
Lời thơ gởi tặng nghe hiền rứa
Giọng hát vang rền rõ đủ chưa
Buổi gặp đầu vui vò võ nhớ
Thương người bóng gọi giữa ngày đưa

# Tôi Về

Tôi về biết có ai hay
Tiếng cười vắng thiếu bàn tay đón mời
Bà con cảnh cũ đâu rồi
Rưng rưng ngấn lệ rơi rơi ngõ đường

Tôi về đem nhớ đem thương
Trải trên cát trắng đến trường làng xưa
Nồm khua xào xạc lá dừa
Biển êm bờ cạn còng đua giữa chiều

Tôi về mang tuổi thơ theo
Bao năm cất giữ gánh đeo nặng người
Núi gành nước vỗ tiếng vui
Mứt cào ốc bắt cơm gùi gió mang

Tôi về hè đổ nắng chang
Gió reo diều thả chuông vang bồi hồi
Mâm cơm dọn đủ đông người
Canh me nấu cá ngon ôi đâu bằng

Tôi về đường kín nhà chen
Xe bươn xóm chật người quen thưa dần
Biển sông nước chảy xanh ngần
Ghe xuôi thuyền ngược chạy gần chạy xa

Tôi về tìm tháng ngày qua
Tìm đường ra biển tìm ga đón tàu
Thầy cô bạn hữu đi đâu
Chỉ nghe tàu hụ thả màu khói đen

Hồi lâu làng đã lên đèn
Ê a trẻ học nghe quen thuộc dần
Đêm đêm kinh vọng lắm lần
Mẹ ru con hát đón chân tôi về

Ngày xa nghĩ đến buồn ghê
Mai đây biết có ngày về hay không

# BIỂN

Đọc thơ ai nhớ biển lắm ai ơi
Ai nói biển lòng tôi cuồn cuộn sóng
Đã quen em mối tình đầu êm ấm
Để rồi xa có biển chứng ngàn đời

Hai đứa hẹn thề vàng đá giữa biển khơi
Có trăng chiếu mây bay sao trời xẹt nối
Buổi chia tay biển dâng cao sóng xối
Bão nổi mưa dầm gió thổi dằn dai

Tình mới xây tưởng tình xanh mãi mãi
Ai ngờ xa chia sớm đành cam
Để đàn yến bay cao kêu tiếng thảm
Thúng ai thả mình ảm đạm về xuôi

Nhớ biển ngày nào êm nước xanh trôi
Đưa thuyền nhỏ thuyền to vào bến ước
Chân trời hứa hạnh phúc trào sau trước
Có tôi em bước dìu bước hiền hoà

Sóng nước vỗ đều dạo khúc dân ca
Khúc hát bay xa chứa đầy nỗi nhớ
Nầy em ơi dẫu mình chia vội vã
Vẫn biển còn đây dấu tích in thơ

Em về đâu có thỏa mãn ước mơ
Có biết gã yêu khờ đang ngóng đợi
Một tình yêu giữa biển xanh ngàn tuổi
Đẹp vô cùng và tội vô biên

# Nhớ Thương Anh

Xa cách lâu không thư lời thăm hỏi
Chắc anh buồn em lỗi hoặc vì đâu
Đời hoang vắng trong lòng tình một cõi
Thương ngàn năm ruột thịt bến nôi đầu

Những đêm về xúm xít chén chia đau
Anh thức thả khói sầu nhiều tâm sự
Làn khói trắng đưa nhau về quá khứ
Thuở đầu đời rượu gạo thấm nhừ tim

Tóc bạc nhiều trôi nổi nhớ thương em
Anh ngồi đó đêm đêm nhìn bóng tối
Ra đi bỏ nước tình xa vời vợi
Em cũng đau ruột đứt nhói liên hồi

Trôi về đâu mây gió biệt phương trời
Ai gối mộng anh buồn đời hiu hắt
Ngoài yên lặng trong bão bùng gào thét
Kiếp tha hương nước mắt thấm mông mênh

Trời đã khuya biết anh thức một mình
Em nằm giữa bóng đêm chờ anh gọi
Nghe rón rén chân người như đã mỏi
Trong mơ màng vọng mãi tiếng "Em ơi"

# Nhớ Chị

Đêm đêm ngồi lặng một mình
Nhớ về bên ấy tâm tình quặng đau
Chị tôi tóc bạc tuổi cao
Thương em quạnh quẽ lao đao ngõ đời

Mới cơn bão nặng đến nơi
Chị lo chưa dứt cửa trôi lụt về
Tôn bay mái tróc mưa khuya
Thấm từng manh áo đất quê chị nằm

Tôi giờ xa biết làm răng
Được gần bên chị nói năng đỡ buồn
Nhớ đêm nằm cách hai giường
Chị em tâm sự yêu thương tràn trề

Hai đầu quả đất xa ghê
Cột chung nắm ruột não nề tưởng nhau
Chị tôi lụm cụm mắt sâu
Trông ra biển rộng ruột đau chín chiều

Riêng ngồi đất lạ cô liêu
Đếm thời gian lạnh buồn thiu những ngày
Nhìn mây tím ngắt trời tây
Bao giờ trở lại cầm tay chị hiền

# Bơ Vơ

Bơ vơ đò dạt giữa dòng
Lặng lờ con nước chìm trong bể sầu
Hoa trôi dòng thả về đâu
Biển xanh trời lạ chia đau mỗi đời

Se lòng chợt gọi em ơi
Ngõ yêu đến đó lạnh trời bao xa
Nhớ nhung bóng đổ quê nhà
Vui chưa trọn đã tình già bể dâu

Phiếm lòng dạo khúc thương đau
Tình con nước xoáy tìm đâu lối về
Buồn vương tóc rối hẹn thề
Sợi dài ngắn ngã màu tê tái đời

Tằm tơ xin trả cho người
Dẫu cay đắng đổ đầy vơi lòng nầy

# Đà Nẵng

Đà Nẵng mưa mưa cứ gợi buồn
Người thưa đường vắng nhuộm hoàng hôn
Sông Hàn nước chảy trôi chầm chậm
Non Nước chuông reo đổ dập dồn
Bến lỡ đò neo nằm rải rác
Đèo băng dốc thả đứng chon von
Bao năm xa cảnh hằng trong trí
Nhìn hướng trời xa nhớ mỏi mòn

# Phố Cổ

Phố Cổ chiều mưa nắng lặng buồn
Xa người em nhỏ héo môi hôn
Chùa Cầu nước đọng xe qua chậm
Cửa Đại thuyền trôi sóng vỗ dồn
Sông biển sầu không du khách viếng
Đất trời lạnh thiếu tiếng chim von
Đi thương ở ghét xa không nỡ
Nhớ Hội An đây mắt dõi mòn

# Huế

Xa Huế mộng mơ dạ lắm buồn
Nhớ tà áo trắng nhớ người hôn
Sông Hương khách viếng đò neo đợi
Núi Ngự sương tan nắng đổ dồn
Lăng tẩm dựng xây kiên với cố
Chim rừng ca hát véo cùng von
Triều xưa tích cũ còn in dấu
Vang tiếng ngàn năm chẳng xoá mòn

# Mưa

Mưa quần ướt lạnh tím không gian
Mưa nhớ người yêu lụy nhỏ hàng
Mưa đọng xứ quê buồn lẻ bóng
Mưa sa đất khách khổ xa đàn
Mưa mang đông đến sương giăng trắng
Mưa tiễn hè đi lá rụng vàng
Mưa ngót nửa đời rơi chẳng ngớt
Mưa dầm thương tiếc cuộc tình tan

# Khi Xưa

Khi xưa nghèo khó ăn cơm độn
Ngày vẫn qua ngày vui nối vui
Đời thảnh thơi chân đi khắp chốn
Nghêu ngao ca hát giữa mây trời
Trời xanh gió mát đẹp bao miền
Quanh quẩn bà con sống ở yên
Tối rọi đèn dầu chong sách vở
Ê a trẻ học chữ thánh hiền

Mẹ sàng tấm thóc bên song cửa
Giã gạo tiếng chày vang nửa đêm
Gạo bán dành tiền tiêu qua bữa
Gia đình hạnh phúc sống đoàn viên
Thoáng đã đời chiều phủ khói mây
Nồi kê chưa chín mộng rời tay
Xa quê nhớ mẹ đôi dòng ứa
Đâu bóng người thương giữa tháng ngày

Trăm năm bến lạc thân trôi nổi
Ai chán ai đau giữa chợ đời
Ai tưởng ai sầu bên ảo vọng
Có còn thương nhớ thuở xa xôi...

# Thơ Ơi

Thơ ơi tình có đẹp như thơ
Chờ đợi người yêu viết chữ chờ
Lỡ dạo cung đàn thương khúc lỡ
Mơ tìm hình bóng trải lòng mơ
Ngỡ duyên êm ái buồn ai ngỡ
Thờ mộng xinh tươi tội dáng thờ
Nớ biệt tăm đi ngồi nhớ nớ
Giờ ru thân chiếc biết sao giờ

Thơ là bạn quý phải không thơ
Chờ bạn mưa sa vẫn cứ chờ
Nợ đuổi đeo mà vui với nợ
Mơ nghiêng ngã vẫn sướng vì mơ
Nhớ câu thề đậm trăm năm nhớ
Thờ mối tình chung một kiếp chờ
Ở dẫu đói nghèo chung dạ ở
Giờ đau khổ chẳng bỏ bao giờ

## TRĂNG

Trăng khuyết đêm nay chiếu sáng buồn
Trăng nằm khắc khoải nhớ người thương
Trăng soi nước chảy bên bờ lún
Trăng đón mây bay giữa gió luồn
Trăng mãi giận đời mưa bão cuốn
Trăng hoài tiếc bóng lệ lòng tuôn
Trăng treo đầu ngõ chong tình muộn
Trăng lặn về đâu kiếm cội nguồn

## NHÌN

Nhìn qua nhìn lại nghĩ gần xa
Đón Lễ Tình Nhân quạnh thế à
Tết thiếu người thân buồn lắm nhá
Xuân đầy mưa ướt lạnh nhiều a
Bao năm xa xứ đời chia ngã
Một thuở nằm đây dạ nhớ nhà
Quê sống quê thương ngăn cách đã
Sao lòng cứ tưởng ở quanh ta

# Bánh Xe Lăn

Bánh xe lăn quá vô tình
Cán yêu thương nát chuyện mình ngày xưa
Xe lăn theo những ngày đưa
Đẩy xa chuyện cũ húc bừa tình đôi

Đẩy trời gió lộng mưa rơi
Tóc mây chở nặng xe đời biệt ly
Bao năm đợi một lần đi
Tình thay hành lý có gì lạ khg

Ai hên em mới gọi chồng
Người thương năm cũ xa lòng có vui
Mai xe lăn bánh ngược xuôi
Tháng năm đời thả dòng trôi theo tình

Nụ cười mới được còn xinh
Sướng vui thân đủ cho mình thủy chung
Hỡi em thuở có tình cùng
Một thời triều mến một khung cửa buồn

Lặng yên để má em hồng
Ông xanh chắp nối tơ lòng ngổn ngang
Vui rơi lệ ướt hai hàng
Hai hàng nước gởi đò sang chở người

Tình cho đẹp mấy em ơi
Ai hên mấy ngọt ai vùi mấy cay
Xa ai gần với ai đây
Tình tan nháy mắt tình đầy đợi mong

An tâm bên những đau lòng
Tiếng cười xưa tắt lịm trong mỗi rồi

# ĐÀNH

Thôi đành lẻ phận sống phương xa
Gởi nhắn riêng ai chuyện tuổi già
Hơi sức đâu còn trao với trả
Mối duyên nào tạo hát cùng ca
Lời thơ viết chữ yêu ghim dạ
Lối mộng tô màu ước nở hoa
Rồi cũng lỡ duyên say đắm lạ
Môi bờ nhạt lạnh nhớ người ta

Ta người nhớ lạnh nhạt bờ môi
Lạ đắm say duyên lỡ cũng rồi
Hoa nở ước màu tô mộng lối
Dạ ghim yêu chữ viết thơ lời
Ca cùng hát tạo nào duyên mối
Trả với trao còn đâu sức hơi
Già tuổi chuyện ai riêng nhắn gởi
Xa phương sống phận lẻ đành thôi

# Cháu Ơi

Cháu ơi cháu ở nơi nào
Thăm quê có thấy người chào kẻ đưa
Nhớ quê nhớ mấy cho vừa
Biển xanh cát trắng nắng mưa sớm chiều

Mẹ cha tình nặng thương yêu
Bà con vất vả khổ đeo nghẹn ngào
Vắng lâu chẳng biết chừ sao
Núi mom gành đá ra vào người đông

Bầu Bàng thuyền lướt xuôi sông
Đò thưa rớ cất trời dông nghỉ làm
Hải Vân cây núi xanh lam
Ai ra xứ Huế xuôi nam Đà thành

Nam Ô có cá chuồn gành
Gỏi mươi trộn lá lan xanh ăn bùi
Nhiều khi bão dập gió vùi
Tôn bay phên trống mưa rơi lạnh lùng

Mẹ ngồi đốt lửa hơ chưn
Đèn khuya leo lắt ru chừng nôi con
Nhịn ăn nhiều bữa héo hon
Tuổi già thân lẻ tình son thờ chồng

Lạnh nào hơn lạnh trời đông
Mền không cửa mở rét lồng đớn đau
Chân đi trên cát bươn mau
Nặng vai gánh mắm che đầu nón tơi

Ghe lui cha lướt sóng khơi
Bọt tung trắng xoá nước rơi ướt người
Nghèo mà vui lắm ai ơi
Anh em đông đủ nở cười giòn tan

Có đâu mà rẽ hai đàng
Mà kêu trằn trọc thở than thế nầy
Chẳng men chẳng rượu nồng say
Say mưa say gió say cay đắng đời

Ước gì còn thuở xưa vui
Dẫu trong giây phút cũng nguôi xót lòng
Dẫu rằng thấp thỏm chờ mong
Tình tôi đánh mất còn không sau nầy

# Nhớ Quê

Ai đời lắm nhớ tưởng quê xa
Sáng dậy đồi nương tục tiếng gà
Mai cợt nắng hồng xuân trổ lộc
Gió vờn mây trắng bướm chào hoa
Cài trâm kẻ đợi chờ duyên nợ
Kết chỉ đây xây lợp cửa nhà
Vai nặng nghĩa tình ươm mối thắm
Dài lâu ước mộng thấm lòng ta

Ta lòng thấm mộng ước lâu dài
Thắm mối ươm tình nghĩa nặng vai
Nhà cửa lợp xây đây chỉ kết
Nợ duyên chờ đợi kẻ trâm cài
Hoa chào bướm trắng mây vờn gió
Lộc trổ xuân hồng nắng cợt mai
Gà tiếng tục nương đồi dậy sáng
Xa quê tưởng nhớ lắm đời ai

# THƯƠNG

Lặng lẽ thương ai chẳng tỏ bày
Trái tim rạn vỡ mối sầu vây
Đường băng tăm tối tôi nào thấy
Mộng dỗi phai tàn dạ chẳng hay
Âm ỉ đốt lòng cơn nắng cháy
Lạnh lùng thấm mắt giọt mưa bay
Ngày xưa đánh mất ân tình gãy
Mấy nổi chìm thân giữa đắng cay

Xa bạn lòng se mắt ướt cay
Thiếu người đón hạ phượng bay bay
Nhạt nhòa mộng thắm ai đưa đẩy
Dang dở tình nồng em có hay
Nhớ nhớ bóng hình khơi xót dậy
Thương thương số kiếp khiến buồn vây
Đường đời thay đổi thôi đanh vậy
Phải khổ đau do tạo hóa bày

# Mẹ Xa Con

Đời cơ cực cảnh đói nghèo lan
Tìm việc con đi mẹ ứa hàng
Nhìn dãy núi giăng dài bước sải
Ngó dòng nước xoáy khó đò sang
Đò trôi trôi chậm con xa biệt
Tuổi chất chất đầy mẹ khổ mang
Lần bước đó đây quơ gậy mỏi
Quặn thương con trẻ sớm xa đàn

Có xót nào hơn cảnh rẽ đàn
Cách chia mẫu tử hiếu lòng mang
Mẹ ngồi lạnh ngóng con hiền lại
Con đứng buồn chờ việc tốt sang
Hai ngã ở đi tình đứt ruột
Bao năm xa nhớ lệ rơi hàng
Vì cơm áo phải thân phiêu bạt
Thương chốn quê nhà khổ cực lan

# Mẹ Già

Mẹ già lụm cụm tóc màu sương
Đơn chiếc nuôi con luống đoạn trường
Lặn lội thân cò lo mọi chuyện
Dãi dầu vóc hạc lội muôn phương
Số nghèo chẳng quản công nuôi trẻ
Kiếp hẩm nào quên phận cúng đường
Cứ khấn nguyện trời ban phước lộc
Gia đình yên được ấm no luôn

# Cầu Duyên

Chiều về trước ngõ có em qua
Môi đỏ mắt nai đẹp lắm mà
Cổ quấn khăn quàng xinh dáng Hạ
Gió lay tóc rối ngát mùi hoa
Yêu ai son sắt tình đon đả
Nhớ đó chân thành mộng thiết tha
Mong được nối cầu duyên mới lạ
Như đời vui đón bóng tiên sa

# Tình Xa

Ghét nhau chi lắm hỡi nàng thơ
Người ngóng người đi giữa bụi mờ
Giấy mực nằm thừ nhìn nắng đổ
Tháng năm trôi lịm đợi vần mơ
Bóng không về lại đau tim vỡ
Tình cứ bay cao mỏi phận chờ
Thư thả kiếp đời nơi chốn nớ
Có còn nhắc chuyện cũ buồn vơ

# Tình Bè Bạn

Bạn bè lên net họa vần thơ
Kỷ niệm Hoài ghi chẳng xóa mờ
Lúc viết xuân tươi hoa đón gió
Khi đề hạ thắm phượng giăng mơ
Ân tình ấm áp hoài thương nhớ
Hình bóng xa xôi cứ ngóng chờ
Khổ cực hỏi han thăm giúp đỡ
Đường đời gắn bó chẳng sầu vơ

# TÌNH THƠ

Bạn bè quen biết viết bài thơ
Gởi ý đưa tin kết mối thờ
Ấm tựa buồng tim dồn tiếng thở
Vui như cánh én dệt niềm mơ
Ngân nga giọng hát buông câu nhớ
Rộn rã dây căng gãy khúc chờ
Hòa chén rượu nồng khi gặp gỡ
Thương yêu trải đậm đến vô bờ

Đẹp gì hơn sánh với duyên thơ
Gặp sướng như xây mộng ước thờ
Câu chữ nghĩ suy xây một thuở
Nghĩa tình cất giữ đắm bao mơ
Nồng nàng đêm xuống trao hơi thở
Rạng rỡ ngày lên dệt mối chờ
Có lẽ đôi ta trời bắt nợ
Nợ thương nhớ mãi chẳng ngăn bờ

# Nầy Em

Em ơi còn nhớ thuở nào
Hai ta quen biết ra vào có nhau
Chuyện tình định gá trầu cau
Chọn ngày hẹn ước cười trao tiếng cười

Tiếng cười chợt tắt trên môi
Đời thôi chinh chiến lại đời rã đôi
Cái quen thuở trước đâu rồi
Nói nghe ngại miệng đắng môi khổ ghì

Tình nuôi tình chẳng còn chi
Người ôm duyên mới kẻ đi ngỡ ngàng
Nửa chừng gãy gánh sang ngang
Trách ai ai trách dở dang tình hoài

Áo dài sắm cưới cho mai
Bài thơ viết dở chưa phai nụ mềm
Ngàn trùng xa cách rồi em
Tìm vui đời lại lênh đênh thế nầy

Nhìn trời lệ nhỏ đắng cay
Đổi thay thay đổi mai đây còn gì
Còn đây một mối tình si
Lớp trường phố xá khắc ghi tên người

Gởi về bên đó xa xôi
Nhớ thương thương nhớ nổi trôi phận nghì
Thôi em tình cũ bỏ đi
Muốn gặp làm sao nói những gì

Hoàn cảnh chia lìa đâu toại ý
Ái ân đổ vỡ chẳng còn chi
Giở tranh nhật ký nghe buồn hỉ
Ngẫm chuyện trăm năm thấy tội nì

Mộng hết cam đành yêu giấu kĩ
Đêm nằm ray rứt nhớ người ri

# Em Ngồi

Em ngồi rảo mắt ngóng chờ ai
Bên nỗi đa đoan lệ ngắn dài
Cách biệt phương trời rưng nỗi nhớ
Một lòng chi hỡi với tình phai
Dấu ngõ quê hương lạc tiếng cười
Sầu em khóc giữa bước người vui
Lòng chan chứa nỗi buồn ai oán
Một trái tim đau gió dập vùi

Ôi đổi lòng xa cách núi sông
Tình con nước cuốn lệ tuôn dòng
Lênh đênh năm tháng ru tình phụ
Bên đợi chờ ai bên nhớ mong
Lòng em đắm đuối bến đò yêu
Chiếc lá rơi theo giọt nắng chiều
Một mối tơ vò cay mắt biếc
Cho tình đi hái được bao nhiêu

Lây lất trời xa một kiếp người
Tình băng giá phủ bọt bèo trôi
Ai vui duyên với câu ân ái
Em nhớ tình xưa giọt đắng môi
Năm tháng buồn chôn lấp chuyện mình
Trong anh khô héo cả buồng tim
Cho anh chia với điều em có
Với cả đời muôn vạn khó tìm

# Phố Hoa Vàng

Mai em đến Phố Hoa Vàng
Buồn vui lẫn lộn chứa chan ân tình
Hết ngày tháng cũ điêu linh
Áo vờn theo gió đẹp xinh mây trời

Mai chung bước giữa dòng đời
Tình quen cảnh lạ mắt môi dâng đầy
Bình minh chim thức giấc say
Phương tây ráng đỏ mơ ngày về quê

Trải hồn mấy dặm sơn khê
Chập chùng cây cỏ đê mê suối đồi
Saigon nhớ lắm em ơi
Cánh chim bay để lại trời yêu thương

Nơi đây thiếu một quê hương
Nơi đây hoa nở trên đường em đi
Mai kia mốt nọ lo gì
Khi bên người có tình si một người

# TẾT

Tết đến nao nao dạ chốn nầy
Ngó trông ngày mới đếm đầu tay
Đổi thay thay đổi quê nào thấy
Còn mất mất còn ai chẳng hay
Cảnh đẹp đất hiền luôn nhớ đấy
Thân gầy tuổi luống cứ thương đây
Tình chia cách trở xa xôi mấy
Tội nghiệp như chim lạc kiếm bầy

Tội nghiệp như chim lạc kiếm bầy
Nỗi tình u ẩn hiện quanh đây
Bóng hình ôm ấp đêm nằm thấy
Mộng ước tuông trào em có hay
Liễn đối thơ biên in mực giấy
Người chào kẻ hỏi nắm bàn tay
Phố làng rộn rịp mơ bừng dậy
Tết đến lòng nao ở chốn nầy

# Mai

Muốn gởi đôi lời để chúc vui
Sợ người lơ chẳng bắt phone tôi
Lầu xây trên cát đâu còn hởi
Mộng giữ trong tim đã vỡ rồi
Thương chỉ thương thầm lơ tiếng gọi
Yêu là yêu vội đoản tình trôi
Mai ơi mai nở vàng bao lối
Có thấu lòng anh khổ suốt đời

# Vẽ

Tấm tắt khen ai khéo vẽ đồ
Nụ hồng xinh xắn sắc hương phô
Ngầm trong bốn mắt lời yêu ngỏ
Rộn giữa hai người tính dục xô
Bút hoáy đê mê tô suối nọ
Tay xoa đều đặn kiếm đồi mô
Họa tôi cũng giỏi nghề ưng trổ
Tìm bóng đẹp mà chẳng thấy cô

# Áo Trắng Bay Chi

Áo trắng bay chi trắng giữa trời
Ngày xuân cô gái nhẹ nhàng trôi
Ái ân chung nghĩ tan tành vội
Hạnh phúc cùng xây tắt lịm rồi

Hai ngã chia ly nhìn bối rối
Một tình thương nhớ chịu đơn côi
Đường đi pháo nổ ai vui với
Để lại mình tôi khổ suốt đời

Để lại mình tôi khổ suốt đời
Kẻ theo bến mới kẻ mồ côi
Thân nằm đất lạ ai thương hỡi
Chim dạt trời xa cánh biệt rồi

Kỷ niệm nhạt nhòa rơi hố đợi
Tơ duyên ngang trái thả dòng trôi
Trôi trong vô định lòng trăng trối
Áo trắng bay chi trắng giữa trời

# QUÊ

Ngày mai thân dạt trôi mô
Ngồi mình sao nhớ Nam Ô quá chừng
Cá mươi gỏi chấm mắm gừng
Tụm năm tụm bảy ly mừng vui dzô

Đèo cao đèo đến Lăng Cô
Bên rừng vượn hú bên nhô đá chồng
Từng bầy én liệng trên không
Báo Xuân hoa nở nắng hồng pháo châm

Mẹ cha mất đã nhiều năm
Chị anh con cháu sắm mâm cúng dường
Nghĩ thời đi học mà thương
Chân không bươn đất đến trường lớp xa

Cơm khoai sắn độn mắm cà
Miếng ăn đạm bạc cũng qua số nghèo
Mẹ già cực khổ gieo neo
Nặng vai gánh mắm đu theo kiếp người

Tết quê người ở hai nơi
Đèn hương thắp sáng bầu trời tối tăm
Sao trời xẹt sáng xa xăm
Biển yên nồm thổi thuyền nằm đợi Xuân

Ru con Mẹ hát điệu buồn
À ơ giọng ngọt còn vương ngõ đời
Tết quê chẳng thấy quê ơi
Có vui có vọng tiếng cười năm xưa

Có còn người đợi sớm trưa
Qua phà nước chảy phà đưa sóng trào
Ngôi nhà yêu dấu tìm đâu
Đổi thay thay đổi bể dâu ngậm ngùi

Miếu Lăng pháo nổ trống bồi
Xuân Dương chuông đổ từng hồi nhớ ai
Nghĩ nay tội nghiệp cho mai
Ngày qua tháng đến còn ai sống còn

Tình quê tình giữ sắt son
Nằm đây thiếu đó mảnh hồn bơ vơ

# Về Đi Em

Về đi em để thấy còn nhau
Ngày tháng quen xưa chẳng héo màu
Duyên nợ éo le đà bám chặt
Ái ân ngắn ngủi lại ghìm sâu
Cách chia thư ngỏ mong lần cuối
Hò hẹn quà trao quý mối đầu
Cứ thế chất chồng vui cảm mến
Ai đành quay mặt khiến lòng đau

Ai đành quay mặt khiến lòng đau
Nhớ quá em ơi buổi gặp đầu
Bóng đón bóng chân dìu bước chậm
Tay vòng tay mắt cảm nhìn sâu
Môi hồng nở rộn môi khoe sắc
Áo tím vờn bay áo trổ màu
Kỷ niệm chập chùng tim cất giữ
Về đi em để thấy còn nhau

# Còn Nhau

Vẫn còn giữ vẹn niềm tin
Gặp nơi xứ lạ bước tìm bước nhau
Vẫn còn môi thắm má đào
Tay đan mắt gởi ngọt ngào ái ân

Tình như nốt nhạc bâng khuâng
Như cơn mộng lạ như vầng trăng mơ
Như yêu em viết bài thơ
Chữ tròn mực tím ngẩn ngơ bần thần

Sáng nay nắng đổ ngoài sân
Đầy dương thế nỗi vui mừng có em
Tôi xua tôi của buồn tênh
Giờ ru em giữa ấm êm cuộc đời

Tôi cười nhặt lại tôi rơi
Trái yêu lạc của tình tôi mặn nồng
Vui đi em dẫu một lần
Là lần say đắm nợ nần trả nhau

# Nhớ Làng Xóm

Hỡi làng hỡi xóm của tôi ơi
Cứ nhớ thương chi khổ rứa trời
Biển động sóng gào chen gió nổi
Đường đi phố dạo ngập mưa rơi
Nhà tranh vách đất lưng chen nối
Bát mức nồi khoai bữa nấu mời
Tết nhức buồn thiu nằm lẻ gối
Mong giàu thanh thản viếng nơi nơi

Mong giàu thanh thản viếng nơi nơi
Bánh thịt ê hề sắm Tết xơi
Mời bác rót bia tu lượt tới
Chúc em có bạn tránh tình rơi
Lời ca giữa phố ngân đêm tối
Pháo nổ đầu lăng dội tiếng vui
Đi đánh bầu cua người chật lối
Hỡi làng hỡi xóm của tôi ơi

# Bạn

Mình còn dăm đứa nhắc tên vui
Quen giữa trần gian nở nụ cười
Đó nghĩ quê nhà buồn dạ rối
Đây nằm đất khách tủi ngày trôi
Đường xưa kỷ niệm in muôn lối
Bạn cũ hình dong nhớ một thời
Biết có mai sau về bến đợi
Qua đò nhìn lại bóng đời tôi

# Cảnh Làng Quê

Nắng rọi nghiêng nghiêng sáng líp dừa
Nồm chiều thổi động mái tranh thưa
Mẹ ngồi giặt áo bên dòng chảy
Cha thả trôi thuyền giữa sóng đưa
Bay lượn con diều khơi mộng cũ
Đảo chao cánh bướm dạo vườn xưa
Bức tranh thủy mạc nên thơ quá
Nhìn cảnh quên đời khổ gió mưa

# Gởi Bạn Thơ

Vắng phú thơ qua lại phát rầu
Người quen đi biệt dạt nơi đâu
Hết trao chữ nhớ trong trang net
Thôi đọc lời thương dưới ngọn dầu
Tình nghĩa lưng chừng ôm xót dạ
Tơ duyên mờ nhạt thở dài câu
Ngồi mình Cốc lạnh không ai hỏi
Ai hỏi tìm ai nghĩ choáng đầu

# Đã Nhủ

Đã nhủ riêng lòng chớ vội thương
Vì ai thức tủi những đêm trường
Mờ phai bóng đổ tan tình mộng
Lạnh lẽo thân nằm tưởng sắc hương
Bạc bẽo duyên hờ vui mấy thuở
Âm thầm phận chiếc khổ nhiều phương
Bờ trôi bến lạc câu thề rã
Mãi ở phòng không biệt dáng hường

# Thương Về Đất Mẹ

Lâu chẳng thăm quê viếng cảnh chùa
Nghe hồi chuông đổ sớm chiều trưa
Nhìn vầng dương sáng soi bờ ruộng
Ngắm bến sông sâu rọi bóng dừa
Ở cảnh an nhàn cùng quyến thuộc
Sống đời thanh bạch với cơm dưa
Ngàn năm khắc cốt ơn cha mẹ
Xa cách làm sao tỏ nhớ vừa...

Xa cách làm sao tỏ nhớ vừa...
Bữa nghèo đạm bạc muối cùng dưa
Bếp chong mờ tỏa chao làn khói
Gió thổi nhẹ lay động líp dừa
Cực nhọc mẹ cha làm sáng tối
Siêng năng con cháu giúp chiều trưa
Sống nơi xứ lạ đời bươn chải
Lâu chẳng thăm quê viếng cảnh chùa

# Áo Mưa

Muốn đến tiệm mua áo tránh mưa
Thân to bé cứ lựa size vừa
Mỏng manh nhưng tiện khi nong mặc
Nhỏ nhắn mà bền lúc cuốn đưa
Ít tốn hao tiền nhiều kẻ chọn
Không lo mắc bệnh lắm người ưa
Đi đâu xếp nhỏ cho vào túi
Cần gấp dùng liền thật đã chưa

# Gặp Nhau

Quen biết người lâu ghé đến nhà
Gặp nhau quà tặng bản tình ca
Tiệc tùng mời khách xen câu hát
Thơ phú ngâm lời lẫn tiếng la
Thấm thấm giọng trong tô cháo vịt
Rân rân cổ ấm chén cơm gà
Ăn vô mát dạ hồn bay bổng
Thỏa chí vui vầy đó với ta

# Thúy Đã Đi Rồi

"Thúy đã đi rồi" mộng ước rơi
Đèn khuya leo lắt nhớ thương người
"Tàu đêm năm cũ" buồn xa mãi
"Giọt lệ đài trang" khổ khó vơi
Vương vấn "Tình cha" cay xé dạ
Rối ren "Lòng mẹ" xót chia đời
"Một thời vang bóng" đà mông quạnh
Tình hết tôi còn tôi với tôi

Tình hết tôi còn tôi với tôi
Trăm năm "Lệ đá" cuốn trôi đời
Ái ân một thuở đâu còn đậm
Kỷ niệm bao ngày cứ mãi vơi
Quằn quại thân gầy mơ bóng nhạn
Hẩm hiu phận lẻ ngóng tin người
"Lạnh lùng" "Ngăn cách" sầu lên mắt
"Thúy đã đi rồi" mộng ước rơi

## Xin Chào

Nghe ai tâm sự thấy vui nhà
Nán ở đôi ngày chung hát ca
Bí sượng nấu ngon sao nỡ chối
Canh nhừ uống mát lẽ nào la
Dùng chay suốt tháng không ăn vịt
Tích đức quanh năm chẳng giết gà
Thư thái tâm hồn trao ý tưởng
Trách mình trước mới trách người ta*

*Thanh Huy*

**Tiên trách kỷ hậu trách nhân*

## Đón Năm Mới

Sáng dậy mưa bay trắng cả trời
Đón mừng năm mới tuổi thêm tôi
Tình không tròn để thơ hoen mộng
Thân chẳng kề nên son nhạt môi
Ngày đến ngày sầu đeo đẳng kiếp
Đêm đi đêm lạnh bủa vây đời
Đau lòng nhớ cội người yêu dấu
Lệ nước lệ tình rớt chẳng vơi

# Tình Em

Tình em đậm gởi trang thơ
Màu quê xanh ngát ước mơ yên lành
Ngày đêm thương nhớ xây thành
Bóng hình in chặt chẳng đành vắng nhau

Ngờ đâu ân ái đổi mau
Em theo ai để tình sâu ngỡ ngàng
Tím lòng giọt đắng giọt than
Câu thơ ủ rũ chứa chan nỗi sầu

Ngày mai trôi nổi về đâu
Nơi nào hạnh phúc nơi đâu đợi chờ
Thôi đành giữ lạ làm ngơ
Mặc đời sóng gió bơ vơ vì người

# Mẹ

Mẹ là nắng chói giữa thinh không
Soi sáng nơi nơi sắc tỏa hồng
Đất khách con nằm ôm gió biển
Quê nhà mẹ ở trải đời sông
Bao năm u ám mây giăng nẻo
Mấy lúc tang thương hạn ngập đồng
Mẹ vẫn gánh gồng nuôi đám trẻ
Một đời bươn chải tốn nhiều công

Một đời bươn chải tốn nhiều công
Lúc vượt đèo cao lúc xuống đồng
Gánh cá trên vai băng lối đất
Dìm thân dưới nước bắt cua sông
Long đong thân khổ đời loang tím
Héo hắt tình đơn má nhạt hồng
Tất cả con cần nơi mẹ có
Mẹ là nắng chói giữa thinh không

# Đôi Guốc Mộc

Theo chân em bước đam mê
Giẫm đôi guốc mộc vui ghê phố phường
Tiếng khua rộn rã trên đường
Kéo duyên phận đến mang thương yêu về

Lối dài trải nhịp lê thê
Đôi coi quấn quýt chân lê diễm kiều
Anh thương chiều chuộng đủ điều
Gom mây gọi gió về thêu tơ vàng

Có thơ có trống có đàn
Cất cao tiếng hát chứa chan ân tình
Guốc ơi xin chớ lặng thinh
Làm mai cho chủ chúng mình gần thôi

Lỡ sau xa cách hai người
Nhìn đôi guốc cũ cũng nguôi nhớ thầm

# VẮNG EM

Chỉ một mình ta giữa chốn nầy
Tình không quê chẳng lạc trời mây
Sóng xô thuyền dạt ai tìm hiểu
Gió lộng thân vùi em có hay
Xuân đến sầu đời nằm gối chiếc
Hè về vắng bạn chuốc men cay
Duyên thề ủ mãi trong tim tím
Ôm mối tơ chùng nát ruột đây

Gởi người em phố Hội
Hội An em ở vui không
Chùa Cầu Khổng Miếu chắc trông người về
Cơm Gà ăn tối ngon ghê

Tiếng rao chè vọng rủ rê phố hoài
Trăng trồi trăng ngóng tìm ai
Đèn lung linh sáng thả dài trên sông
Cao Lầu Lê Lợi người đông

Cẩm Hà Mì Quãng thấm nồng mùi quê
Đường ra Cửa Đại lạnh tê
Mưa rơi thấm đất biển nghe sóng gầm
Bao năm ngày ở đêm nằm

Bao năm kỷ niệm ấm nồng còn y
Để hồn giao động chiều ni
Buồn giăng mắt ướt bước đi não nề
Nằm đây đầu nghĩ bên tê

Nhớ anh nhớ chị nhớ quê ngậm ngùi
Tuổi sầu luống cứ trôi trôi
Bao giờ thong thả sao nguôi lạnh lòng
Xa nhau mà vẫn tâm đồng
Thôi em gắng chớ để dòng lệ rơi
Dầu sao vẫn có một người
Thương em thương phận bến đời lẻ loi

# LÀNG TÔI

Tôi bên làng xã sống nhiều năm
Thương tiếng Mẹ ru lúc nhỏ nằm
Chân đất đến trường bươn nắng bỏng
Áo tơi phủ dáng tránh mưa dầm
Lưới mành vá vội khi trời động
Ghe thúng dần mau lúc sóng dâng
Người gặp hỏi chào tình nghĩa ấm
Buồn nghe ai mất xúm tìm thăm

Buồn nghe ai mất xúm tìm thăm
Kỷ niệm chất đầy năm tháng dâng
Trèo núi đón cây đường bụi chắn
Nhảy gành cạo mức nước thân dầm
Thuyền ngày chèo nạy theo phương nhắm
Dế tối kêu rên khuấy giấc nằm
Cứ thế vui đời xây tổ ấm
Thương người đi biệt đã vào năm

# Ngồi Mình

Ngồi mình lại nhớ ai đây
Xa quê thân dạt lấy lây với đời
Một vui ai với ai rồi
Còn tôi trơ trọi đứng ngồi ngó lung

Ngại ngùng gắn bó tình chung
Tình chăn gối đắp tình khung đóng thờ
Vào ra ngồi ngó ngẩn ngơ
Mượn câu thơ viết dệt tơ giữa trời

Chi thương chi nhớ ai ơi
Sầu dâng mắt ướt tô đời đớn đau
Cách xa đi chẳng bao lâu
Mỗi người mỗi ngã hết nhau thật rồi

Thôi đành thả mộng dòng trôi
Dẫu trong mỗi vẫn thương thời ấu thơ
Một thời trong cảm ngoài lơ
Quần xanh áo trắng đem mơ vào trường

Đậm sâu kỷ niệm tên đường
Bờ sông ghế đá nắng vương tuổi hồng
Em cười môi đỏ mắt trong
Nón nghiêng tóc xoã gió lồng áo bay

Nguyễn Hoàng rợp nắng hương say
Đường đi phượng đỏ hoa lay đón người
Xa rồi mà nhớ không vơi
Trắng trong đẹp đẽ một thời mến yêu

# TÌM NHAU

Thấy rồi đi biệt mất tìm nhau
Chi nhớ chi thương để luống sầu
Chị đến một nơi buồn rướm mắt
Em băng khắp nẽo khổ vì đâu
Số nghèo trôi giữa đời nghiêng ngả
Tuổi lớn bao quanh kiếp dãi dầu
Ngó lại lớp trường xưa xót dạ
Xa quê xa tổ đổ dòng châu

Xa quê xa tổ đổ dòng châu
Vắng tiếng Mẹ ru hát "ví dầu"
Đường rợp áo bay trời lộng gió
Phố chen xe chạy hướng về đâu
"Trăng tàn" mây phủ thương thầy vắng
"Lối cũ" người qua ngả bóng sầu
Một thuở huy hoàng lâu chẳng thấy
Thấy rồi đi biệt mất tìm nhau

# Tình Mẹ

À ơ Mẹ hát tiếng ru con
Ngả bóng đành thương nhớ mỏi mòn
Nhà dựng cửa xây người giúp bộn
Cá kho cơm nấu bữa ăn ngon
Ra công gắng sức nuôi con lớn
Hoạ chữ rèn tâm đáp nghĩa tròn
Ca hát vui đời bên bận rộn
Ba chìm bảy nổi giữ tình son

Son tình giữ nổi bảy chìm ba
Rộn bận bên đời vui hát ca
Tròn nghĩa đáp tâm rèn chữ họa
Lớn con nuôi sức gắng công ra
Ngon ăn bữa nấu cơm kho cá
Bộn giúp người xây cửa dựng nhà
Mòn mỏi nhớ thương đành bóng ngả
Con ru tiếng hát Mẹ ơ à

# Quê Mình

Quê mình giờ mới lạ không em
Nhớ Mẹ ru hời tiếng vọng đêm
Tối sẹt sao trời rơi giữa biển
Ngày loang vạt nắng rọi quanh thềm
Cà phê sáng uống thơm vang tiếng
Gỏi cá chiều ăn ngon thấm tim
Kỷ niệm giữ đời luôn quý mến
Sau về nhắc lại chắc vui thêm

Sau về nhắc lại chắc vui thêm
Cảnh đẹp thôn làng khắc đậm tim
Tết thúng ghe đua chờ khắp bến
Lễ xôi thịt cúng dọn đầy thềm
Mẹ chùi bếp núc lo chưng kiểng
Con thắp đèn dầu thức học đêm
Đạo nghĩa làm người hay nói đến
Quê mình giờ mới lạ không em

# Chúc Vui

Thôi cứ vui đi nhé bạn hiền
Ngày ngày sống khỏe được bình yên
Trong nhà ấm cúng gần con cái
Giữa phố phồn hoa rải bạc tiền
Mới gặp mà nghe thêm ước mộng
Vừa quen đã cảm nhớ ngày đêm
Nay phần ai sống phần ai biết
Lâu gọi thăm nhau cũng trọn tình

Lâu gọi thăm nhau cũng trọn tình
Nhớ ngày mới gặp trọ qua đêm
Nói cười hớn hở không ngừng tiếng
Ăn uống huyên thuyên chẳng tiếc tiền
Vào quán hát ca dùng máy tốt
Đi đường tản dạo giẫm chân yên
Tình lên cao vút như ngân giọng
Thôi cứ vui đi nhé bạn hiền

# Nhớ

Khơi trào sóng vỗ gió vờn reo
Nối đậu ghe thuyền lắc giật neo
Lơi lả tiếng cười anh chọc ghẹo
Rối bời hoa kết chị choàng đeo
Lời qua tiếng lại vang trong trẻo
Lối rẽ đường chia bước ngặt nghèo
Vời vợi nhớ xưa nguồn cội réo
Rơi dòng mắt ướt khổ ai gieo

Gieo ai khổ ướt mắt dòng rơi
Réo cội nguồn xưa nhớ vợi vời
Nghèo ngặt bước chia đường rẽ lối
Trẻo trong vang lại tiếng qua lời
Đeo choàng chị kết hoa bời rối
Ghẹo chọc anh cười tiếng lả lơi
Neo giật lắc thuyền ghe đậu nối
Reo vờn gió vỗ sóng trào khơi

# Thăm Em

Thơ lời vội viết gởi thăm em
Lỡ phận rày đây sống muộn phiền
Thờ thẫn bước đi dò dáng hiện
Ngỡ ngàng tâm rộn nhắc người quên
Bờ vai gánh nặng tình lưu luyến
Nợ ách mang sầu kiếp ngả nghiêng
Giờ cách biệt quê thân lạc bến
Mơ tàn chỉ dứt rối đời thêm

Thêm đời rối dứt chỉ tàn mơ
Bến lạc thân quê biệt cách giờ
Nghiêng ngả kiếp sầu mang ách nợ
Luyến lưu tình nặng gánh vai bờ
Quên người nhắc rộn tâm ngàng ngỡ
Hiện dáng dò đi bước thẫn thờ
Phiền muộn sống đây rày phận lỡ
Em thăm gởi viết vội lời thơ

# Đêm Nằm

Đêm nằm khó ngủ nhớ ngày xưa
Thuở mẹ cha đời cực gió mưa
Uống bát chè xanh ngon đậm hở
Nấu nồi cơm trắng dẻo thơm chưa
Bạn bè thân mật chơi trang lứa
Con cháu hiền hoà giỡn sớm trưa
Giàu chẳng sống yên vui mọi bữa
Trào dâng hạnh phúc nói sao vừa

Trào dâng hạnh phúc nói sao vừa
Xuân đến hoa cười cát nóng trưa
Đi bộ đường xa bươn cực rứa
Học bài tiếng lớn vọng vui chưa
Gành khơi sóng nước lùa rong sứa
Núi biếc cây đồi hứng nắng mưa
Nôi mẹ ru con lời ấm hở
Đêm nằm khó ngủ nhớ ngày xưa

# Ngày Vui

Mai mình gặp mặt chắc nhiều vui
Tay bắt quà trao nở nụ cười
Bè bạn giỡn đùa rân ngõ lối
Bà con chào hỏi rộn câu lời
Đèn pha máy chụp người mời tới
Nhạc đệm đàn rung tiếng hát rơi
Thuở đẹp vàng son luôn nhắc gọi
Hân hoan trò chuyện rõ yêu đời

Hân hoan trò chuyện rõ yêu đời
Quên hẳn tháng ngày mưa gió rơi
Em hái tình nồng mong kết mối
Anh theo người đẹp tỏ thương lời
Khách nhìn to nhỏ trao câu nói
Kẻ đến gần xa gởi tiếng cười
Hò hẹn đón đưa thơ kết nối
Mai mình gặp mặt chắc nhiều vui

# Nơi Nầy

Nơi nầy tuổi lớn xót quê xa
Mặt ủ tim cào nát ruột ta
Nhớ mẹ nhớ cha buồn lắm đã
Thương anh thương chị khổ ghê mà
Hè về nồm thổi diều bay thả
Tết đến hoa chào bước đến qua
Trẻ tụ loanh quanh "Thưa bác ạ"
Mừng xuân cầu lộc được trao quà

Mừng xuân cầu lộc được trao quà
Tặng gói lì xì em ghé qua
Tay nắm tay ôm êm ấm hả
Mắt nhìn mắt chạm sáng trong mà
Gởi mơ bay bổng nên thơ đoá
Đón bóng về vui hạnh phúc ta
Chút nghĩa ân tình say đắm lạ
Nơi nầy tuổi lớn xót quê xa

# Chiều Ơi

Chiều ơi nắng tắt cảnh ê chề
Thiếu vắng quê buồn dạ tái tê
Heo hắt gió Lào giăng nóng kệ
Dẻo dai vai Mẹ gánh nghèo khoe
Lẻ theo số kiếp rầu sao kể
Đói bám ngày đêm khổ chẳng nề
Vui với biển sông từ tấm bé
Neo đời giữa cội ấm lòng ghê

Neo đời giữa cội ấm lòng ghê
Hể cực thân ôm chẳng trách nề
Tre đón làm chà nhiều cá ghé
Giẻ mồi thắp lửa sáng đêm khoe
Kề vai nói kể tình dâu bể
Gọi bạn than phiền chuyện nọ tê
Bề bộn mối yêu rên rỉ khẽ
Chiều ơi nắng tắt cảnh ê chề

# Làng Mình

Làng mình cách biệt biết đâu nương
Nhớ thuở vui chơi dạo lối đường
Ra biển cát vờn chân gió cuốn
Đến trường nắng rọi ngõ người thương
Cà phê uống sớm pha ly đậm
Gỏi cá ăn ngon chấm mắm thơm
Giờ sống lạc loài đi tứ hướng
Xa tiên xa tổ khổ nào hơn

Xa tiên xa tổ khổ nào hơn
Ngụ tại quê mà giá giữ thơm
Đạo nghĩa tạo đầy xây ước muốn
Ái ân trao trọn tỏ lòng thương
Ghe ra biển lớn chèo xuôi hướng
Xe chạy đèo cao tách rẽ đường
Kỷ niệm đậm sâu tình cảm đượm
Làng mình cách biệt biết đâu nương

# Ngồi Mình

Ngồi mình chẳng ổn có ai hay
Lối cũ quê xưa chạnh nhớ nầy
Bơi lội xa bờ canh sóng đẩy
Dõi nhìn quanh bãi thấy chim bay
Hồi chuông Xóm Biển khơi tình dậy
Núi đá Xuân Dương đợi nắng vây
Ôi thuở ban đầu vui biết mấy
Nôi ru mẹ hát tiếng nồng say

Nôi ru mẹ hát tiếng nồng say
Nối tiếp bao đời phận bạc vây
Khoai nấu rau và ăn khổ thấy
Muối ngào mắm lọc ngửi thơm bay
Môi cười mắt ngó duyên trao đấy
Lưới bủa ghe bơi nước toé nầy
Hơi thuốc giải buồn đêm thức vậy
Ngồi mình chẳng ổn có ai hay

# Thôi Đành

Thôi đành thủ phận sống mình nay
Nối giữ tình chi dạ héo gầy
Khơi thuở yêu nồng say đắm thấy
Gợi ngày mơ cũ nhớ thương vây
Môi chờ nụ thắm môi run rẩy
Mối dệt tơ chùng mối dựng xây
Ngồi đứng thở than thơ viết giấy
Vơi đầy lệ nhỏ khóc ai đây

Đây ai khóc nhỏ lệ đầy vơi
Giấy viết thơ than thở đứng ngồi
Xây dựng mối chùng tơ dệt mối
Rẩy run môi thắm nụ chờ môi
Vây thương nhớ cũ mơ ngày gợi
Thấy đắm say nồng yêu thuở khơi
Gầy héo dạ chi tình giữ nối
Nay mình sống phận thủ đành thôi

# Người Về

Người về nơi đó chắc lòng vui
Gặp được bà con nở nụ cười
Nắng ấm lan đầy trên sóng nối
Trẻ thơ xúm lẹ giữa đường chơi
Đèo cao dốc thẳm xe lui tới
Biển rộng sông sâu thúng lướt trôi
Trở lại thăm làng quê phấn khởi
Ước mơ lâu đã đến đây rồi

Ước mơ lâu đã đến đây rồi
Sóng lặng trời yên mây chậm trôi
Bờ cạn cua còng bò dấu nối
Gió hiu sáo quạ lượn vòng chơi
Đường lên Núi Chúa vang câu nói
Lối đến Kim Liên rộn tiếng cười
Cúng giỗ Nhà Thờ đông khách tới
Người về nơi đó chắc lòng vui

# Thời Vui Hết

Thời vui hết tuổi luống buồn đây
Cội biệt lòng đau trải tháng ngày
Đôi lẻ vướng chờ duyên trỗi dậy
Mối nồng xây rỡ mộng tìm say
Đời chia số lạc thân đưa đẩy
Lối rẽ ai mang số đoạ đày
Lời tiếng vọng ngân đàn khúc gãy
Ời ơ Mẹ hát tiếng vang đầy

Đầy vang tiếng hát Mẹ ơ ời
Gãy khúc đàn ngân vọng tiếng lời
Đày đoạ số mang ai rẽ lối
Đẩy đưa thân lạc số chia đời
Say tìm mộng rỡ xây nồng mối
Dậy trỗi duyên chờ vướng lẻ đôi
Ngày tháng trải đau lòng biệt cội
Đây buồn luống tuổi hết vui thời

# Nhà Thờ

Nhà Thờ mới dựng quét sơn xong
Giỗ Tộc bà con hẹn đến đồng
Anh tận phố lên dâng quả cúng
Chị từ núi lại góp hương chong
Xóm làng mời dự chờ hồi trống
Con cháu đàn ca gởi tiếng lòng
Chiếu trải pháo châm mâm cổ dọn
Người người nâng chén rượu chờ mong

Người người nâng chén rượu chờ mong
Kể chuyện làm ăn nói nỗi lòng
Sáng sáng nhìn trời lo biến động
Đêm đêm câu cá thắp đèn chong
Năm năm cúng lễ chuông ngân bổng
Tết Tết đua ghe tiếng hét đồng
Sống trọng nghĩa tình xây đắp mộng
Ơn làng nghĩa xã trả sao xong

# TẾT VỀ

Tết về chim hót pháo rền vang
Làng xóm đông vui cảnh rộn ràng
Con cháu bắt tay chào mạnh khỏe
Bạn bè gặp mặt chúc giàu sang
Xuân qua lẹ lẹ người thôi dạo
Hoa nở mau mau nhuỵ chóng tàn
Trở lại làm ăn cày job tiếp
Phải lòng trai gái nợ duyên đan

Phải lòng trai gái nợ duyên đan
Nguyện giữ tình chung chẳng để tàn
Hò hát chìu ai trao tiếng hứa
Cưới xin dâng lễ đợi năm sang
Xuân nồng gặp gỡ xuân tươi thắm
Nắng mới hò reo nắng rỡ ràng
Hạnh phúc tràn đầy trên đất mẹ
Tết về mai nở tiếng đùa vang

# Chị Ơi

Chị ơi Xóm Biển vắng em lâu
Nhớ cảnh nghèo chung khổ buổi đầu
Canh lá me chua nhen bếp nấu
Cần tre lưỡi bén móc mồi câu
Mắm cơm mẹ lọc nghề nương náu
Mành lưới cha lo số dãi dầu
Quê chứa niềm vui tim cất giấu
Nào quên kỷ niệm sống gần nhau

Nào quên kỷ niệm sống gần nhau
Đá bóng chân sưng mẹ xức dầu
Rủ lửa chia phe ghe thúng lạu
Nhảy gành bắt ốc ếch nha câu
Theo ai hò hẹn ra bờ dậu
Kết bạn đùa chơi chụm mái đầu
Lễ miếu lăng đông người cúng dạo
Tình người tình nước hiện dài lâu

# TÌNH BƠ VƠ

Sao để riêng ta sống đọa đày
Em ơi rượu chẳng uống mà say
Tuổi thơ đi lạc ai ngờ vậy
Mực tím còn in dáng hiện nầy
Để dạ luyến lưu tình nghĩa cấy
Khiến đời trăn trở nợ duyên bay
Còn chăng nỗi nhớ ghi trang giấy
Giữ kín trong tim khó tỏ bày

Giữ kín trong tim khó tỏ bày
Chút tình chưa thấm đã cao bay
Đêm nằm thức giấc kêu người ấy
Sáng dậy chờ phone đổ tiếng nầy
Đành nhận rồi trao tim kẻ khuấy
Muốn làm quen vẽ bóng người say
Thiên đường hạnh phúc ai tìm thấy
Sao để riêng ta sống đọa đày

# Tuổi Thơ

Tuổi thơ đẹp có cánh diều bay
Thả quẩn quanh quê rộn tháng ngày
Đò dạt sông Hàn canh mái nạy
Xe lên đèo Hải lượn trời say
Nam Ô biển cạn bờ phơi đáy
Non Nước núi cao đỉnh chạm mây
Kỷ niệm một thời vui biết mấy
Mấy lòng thương nhớ tỏ ai đây

Mấy lòng thương nhớ tỏ ai đây
Báo động xấu trời đông tụ mây
Dẫn thúng dẫn ghe mành cất đậy
Xúm bè xúm bạn rượu nâng say
Tập hò tập hát tên ghi giấy
Khơi mộng khơi mơ sổ chép ngày
Ôn cố tri tân tình trỗi dậy
Tuổi thơ đẹp lắm cánh diều bay

# Xứ Người

Xứ người lạnh lẽo có vui chi
Đất trợt đường trơn dọ bước đi
Cổ mệt lưng còng nằm nản hỉ
Mắt mờ chữ khó đọc sai ri
Ngán duyên ngán nợ tơ chùng chỉ
Thương chị thương em phận lỡ thì
Một thuở huy hoàng ai đắc ý
Ai đời lưu lạc chịu phân ly

Ai đời lưu lạc chịu phân ly
Tình đoạn tìm đâu thuở đẹp thì
Khi mộng tàn cơn cay đắng nhỉ
Lúc vai nặng nợ khổ đau ri
Kiếp trôi nổi kiếp ôm tình lụy
Người đắm đuối người nhớ bóng đi
Lòng chẳng toại lòng ôm thất chí
Xứ người lạnh lẽo có vui chi

# BA NGÀY TẾT ĐẾN

Ba ngày Tết đến gặp bà con
Ngó mặt cầm tay nói chuyện dồn
Rừng núi vượn kêu chim sáo rộn
Lối đường còi hụ ngựa xe bon
Ngán thời chạy giặc lê thân mọn
Thèm lúc thăm nhà ăn bữa ngon
Làng xã đổi thay thay đổi lớn
Người xưa cảnh cũ nhắc thêm buồn

Người xưa cảnh cũ nhắc thêm buồn
Thiếu mẹ cha nằm giấc chẳng ngon
Nhớ lúc cúng làng cơm giỗ dọn
Thương ngày đi biển bóng thuyền bon
Buồm căng gió thổi buồm căng trọn
Trống đổ trường thi trống đổ dồn
Kỷ niệm ôm nhiều sao tỏ gọn
Ba ngày Tết đến gặp bà con

# TẾT ĐẾN

Mong ngày Tết đến ngắm cành mai
Tưới nước cánh vàng đẹp lắm coi
Pháo nổ ngoài hiên rền tiếng oải
Củi nhen trong bếp ấm lòng dai
Mẹ cha anh chị lên hương vái
Con cháu họ hàng đợi tiệc khai
Câu hát tiếng cười vang rộn mãi
Bình yên một thuở nhớ nhau hoài

Bình yên một thuở nhớ nhau hoài
Cúng lạy Giao thừa tiếng pháo khai
Đông đúc bà con chen lấn mỏi
Vui vầy cháu chắt giỡn cười dai
Sống đời trọng đạo hiền từ nói
Ở kiếp thương người tận tụy coi
Dẫu cách xa nhau tìm gặp lại
Mong ngày Tết đến ngắm cành mai

## Nằm Mình

Nằm mình hát rống mở to loa
Trống đập đàn rên tiếng dội oà
Con nít kéo quanh kêu tốt giọng
Cụ già chen kín tặng nhiều hoa
Ông say ông hứng cầm bia uống
Nàng khoái nàng khen trố mắt loà
Vợ nghĩ chồng mình tình tự lén
Hai người đánh lộn, chữa cần toa

## Gởi Người

Thương em em lặn chốn mô mô
Để một anh đây kiếm quẩn khờ
Cố ngủ cố quên mà mắt mở
Gắng suy gắng tưởng để người lơ
Yêu sâu đậm dạ buồn dang dở
Nhớ diết da tim khổ bất ngờ
Thôi đợi ngày về ta tính nợ
Đúng sai hơn thiệt giải bày ơ

# Đời Nổi Đời Trôi

Đời nổi đời trôi chẳng bến bờ
Muốn làm thơ viết khó ra thơ
Ngày qua ngày gặp tình dang dở
Tết đến Tết còn thân xác xơ
Xa nước xa nhà thăm trắc trở
Gần đô gần thị sống ơ hờ
Đền ơn cha mẹ sao đền hở
Đêm thức đêm dài nghĩ vẩn vơ

Đêm thức đêm dài nghĩ vẩn vơ
Em quay mặt lánh bước đi hờ
Khổ đây khổ chịu ôm duyên lỡ
Vui đó vui vùi nát phận xơ
Rượu uống rượu nâng vun cái nợ
Chữ suy chữ kiếm dệt bài thơ
Ái ân ân ái nằm trăn trở
Đời nổi đời trôi chẳng bến bờ

# TẾT

Xác hồng vương vãi đón ai đây
Tết đến hoa chưng pháo nổ đầy
Em nhỏ lăn xăn đồ mới bận
Cụ già lận đận chén nồng say
Hương đèn khói tỏa trên bàn án
Chim sáo cánh vờn dưới đám mây
Qua lại người đông cười hớn hở
Nam Ô cảnh đẹp quá vui vầy

Nam Ô cảnh đẹp quá vui vầy
Nắng ấm biển im trời gợn mây
Quán xá cà phê người bóng ngợp
Nhà hàng khách khứa rượu bia say
Xe lên đèo phủ cây xanh rậm
Đường đến gành phơi cát trắng đầy
Năm hết chào Xuân vang tiếng pháo
Xác hồng vương vãi đón ai đây

# Bây Giờ Tuổi Lớn

Bây giờ tuổi lớn cứ vui đi
Đời tặng riêng ta hạnh phúc gì
Ăn uống món ngon ưng hợp lý
Ngủ nằm đêm khổ tránh xa khi
Nghèo duyên xấu số đâu quên hỉ
Gần đất xa trời chẳng tiếc chi
Mai mốt lẻ đôi buồn vạn kỷ
Lấy ai tâm sự nói cười ri

Lấy ai tâm sự nói cười ri
Thương nhớ lâu dài thương nhớ chi
Chẳng gặp bóng người sinh nản chí
Không cầm tay lúc thấy buồn khi
Tình say tình đắm nuông chiều ý
Thơ viết thơ trao biểu lộ gì
Thôi giữ phận yên mơ giấu kỷ
Bây giờ tuổi lớn cứ vui đi

# TẾT VỀ

Đếm từng bữa đến Tết quê đây
Gặp gỡ bà con sướng thế nầy
Tay bắt mặt mừng khao tiệc nhảy
Rượu vào lời thốt cụng ly say
Đau ta số lẻ nằm trơ giấy
Xót bạn bệnh nhiều chịu khổ vây
Xa nước xa nhà vui chẳng thấy
Thấy đời lận đận đáng thương thay

Thấy đời lận đận đáng thương thay
Ai bạc tình ai thất thế vây
Chẳng phải trời ban cơn ước dậy
Đâu là tiên sống chốn trần say
Lênh đênh phận gái nguy nan đấy
Trôi nổi thân trai khổ nhọc nầy
Tâm hảo thiếu thời thôi chịu vậy
Đếm từng bữa đến Tết quê đây

# Sống Ở Nơi Xa

Sống ở nơi xa chẳng bạn kề
Mấy thay đổi mới hỡi làng quê
Sông xưa xói lở lan nhiều thế
Tình cũ chia lìa nghĩ xót ghê
Biển sóng lô xô ghe nước rẽ
Núi cây rậm rạp đá cành che
Đèo cao vượn hú đường ra Huế
Kỷ niệm ngày xưa cứ hiện về

Kỷ niệm ngày xưa cứ hiện về
Nhớ ơn cha mẹ cánh dù che
Nuôi con sống khỏe yên lành lắm
Dạy cháu ở hiền tốt đẹp ghê
Ra sức giúp người vun đạo nghĩa
Nhủ lòng trọng tín giữ tình quê
Đời vui quên chuyện buồn nhân thế
Sống ở nơi xa chẳng bạn kề

# Ngồi Buồn

Ngồi buồn kể chuyện lúc xưa chơi
Bè bạn quen nhau quý nụ cười
"Xe đạp" chạy quanh vòng đất sỏi
"Giày đinh" mang nặng dạo nương đồi
Học hành năng nổ xây đời mới
Ăn ở hiền hoà tụ nhóm vui
Ve phượng xúm kêu mùa tựu tới
Quần xanh áo trắng mặc bao người

Quần xanh áo trắng mặc bao người
Phà bến sông Hàn khách đợi vui
Cát bụi Nam Ô tung ngõ lối
Thúng ghe Liên Chiểu ịn mương đồi
Sống ôm xứ lạc đau tình dỗi
Ở cách trời thương vắng tiếng cười
Tuổi lớn đời căng thân mệt mỏi
Ngồi buồn kể chuyện lúc xưa chơi

# Thời Vui Hết

Thời vui hết tuổi chất già nhanh
Tổ lạc quê xa số chịu đành
Khơi đậm duyên tình gan ruột thắt
Đắm si hình bóng tháng ngày tăng
Đời trôi chán nản thân nghiêng ngả
Chốn ở buồn phiền kiếp quẩn quanh
Lời hát tiếng ru đêm vọng lại
Rơi dòng mắt ướt khổ làm răng

Răng làm khổ ướt mắt dòng rơi
Lại vọng đêm ru tiếng hát lời
Quanh quẩn kiếp phiền buồn ở chốn
Ngả nghiêng thân nản chán trôi đời
Tăng ngày tháng bóng hình si đắm
Thắt ruột gan tình duyên đậm khơi
Đành chịu số xa quê lạc tổ
Nhanh già chất tuổi hết vui thời

# Ơi Quê

Ơi quê xứ lạ Tết nằm queo
Nhớ lối xe bươn hú vượt đèo
Phơi lưới lúc chiều hong nắng rọi
Trở trời khi sáng đợi ghe neo
Đời hiền sống ẩn người vui sướng
Tuổi lớn thương lo bạn đói nghèo
Nôi tiếng ạ ơ lời hát mẹ
Khơi lòng vọng cũ dấu buồn đeo

Đeo buồn dấu cũ vọng lòng khơi
Mẹ hát lời ơ ạ tiếng nôi
Nghèo đói bạn lo thương lớn tuổi
Sướng vui người ẩn sống hiền đời
Neo ghe đợi sáng khi trời trở
Rọi nắng hong chiều lúc lưới phơi
Đèo vượt hú bươn xe lối nhớ
Queo nằm Tết lạ xứ quê ơi

# Thôi Buồn

Thôi buồn chị hỡi nhớ thương chi
Lối cách người đau lệ thấm mi
Môi gởi nụ vui chưa tỏ ý
Mối xây duyên thắm chẳng gần khi
Rời quê kiếp khổ ai chia hỉ
Dỗi số đời đơn phận trách gì
Ngồi học lớp chung hai hợp ý
Ôi sầu xứ lạ cách xa ri

Ri xa cách lạ xứ sầu ôi
Ý hợp hai chung lớp học ngồi
Gì trách phận đơn đời số dỗi
Hỉ chia ai khổ kiếp quê rời
Khi gần chẳng thắm duyên xây mối
Ý tỏ chưa vui nụ gởi môi
Mi thấm lệ đau người cách lối
Chi thương nhớ hỡi chị buồn thôi

# Ngồi Đây

Ngồi đây xứ lạ gió mưa sa
Lạnh tiết đông về thiếu mẹ cha
Trôi nổi thân gầy thương bóng chiếc
Ngả nghiêng tình yếu nhớ người xa
Bời bời khổ đợi ngày vui đến
Đậm đậm buồn vây tuổi luống qua
Ơi ạ tiếng hời ru vọng mãi
Khơi đêm thức trắng lệ hoen nhoà

Nhoà hoen lệ trắng thức đêm khơi
Mãi vọng ru hời tiếng ạ ơi
Qua luống tuổi vây buồn đậm đậm
Đến vui ngày đợi khổ bời bời
Xa người nhớ yếu tình nghiêng ngả
Chiếc bóng thương gầy thân nổi trôi
Cha mẹ thiếu về đông tiết lạnh
Sa mưa gió lạ xứ đây ngồi

# Mưa Xuân

Vào Xuân sao lại nhiều mưa
Ngồi đây đếm nỗi buồn đưa tiếng buồn
Nâng ly ly tủi ly hờn
Sum vầy ai đó cô đơn riêng mình

Thoảng đâu đây tiếng cầu kinh
Chuông rơi chầm chậm điểm tình ăn năn
Đời chia hai ngã làm răng
Người xây duyên mới ta hằng vết đau

Ngoài trời rộn rã mưa mau
Giọt thương giọt nhớ chảy vào tim gan
Ra đi là biệt hỡi nàng
Nếu mai có tiếc thở than cũng rồi

# Còn Đâu

Còn đâu tuổi trẻ sống ngày vui
Dạo phố người chen rộn tiếng cười
Non nước rạng ngời in nắng rọi
Thúng ghe đông đủ thả dòng trôi
Ngon ăn bữa tiệc chờ ai tới
Vội kết dây tơ buộc dáng rời
Mòn mỏi đợi trông lần viếng cội
Nôn lòng ngóng dịp khổ đâu nguôi

Nguôi đâu khổ dịp ngóng lòng nôn
Cội viếng lần trông đợi mỏi mòn
Rời dáng buộc tơ dây kết vội
Tới ai chờ tiệc bữa ăn ngon
Trôi dòng thả đủ đông ghe thúng
Rọi nắng in ngời rạng nước non
Cười tiếng rộn chen người phố dạo
Vui ngày sống trẻ tuổi đâu còn

# THÔI

Thôi buồn thuở đẹp nhắc khơi chi
Cuối lẻ mình xây mộng ước gì
Đời sống đảo điên suy nản trí
Mối gầy dang dở gặp đau khi
Nơi vui kẻ đến làng quê nghĩ
Lối khổ ai chờ năm tháng ghi
Môi đợi môi tình xa rứa hỉ
Đôi lìa gánh gãy kiếp sầu ri

Ri sầu kiếp gãy gánh lìa đôi
Hỉ rứa xa tình môi đợi môi
Ghi tháng năm chờ ai khổ lối
Nghĩ quê làng đến kẻ vui nơi
Khi đau gặp dở dang gầy mối
Trí nản suy điên đảo sống đời
Gì ước mộng xây mình lẻ cuối
Chi khơi nhắc đẹp thuở buồn thôi

# Nhớ Người Xa

Đêm nằm trở giấc nhớ người xa
Sống ở buồn lo nghĩa mặn mà
Êm ấm nói câu thân mật quá
Giản đơn bàn ý lẹ lanh à
Thêm vui thấy mặt ôm vòng vã
Bớt khổ trao lời yêu thiết tha
Mềm mỏng tiếng môi cười vắng đã
Hên đời thỏa dạ gặp lần qua

Qua lần gặp dạ thỏa đời hên
Đã vắng cười môi tiếng mỏng mềm
Tha thiết yêu lời trao khổ bớt
Vã vồn ôm mặt thấy vui thêm
À lanh lẹ ý bàn đơn giản
Quá mật thân câu nói ấm êm
Mà mặn nghĩa lo buồn ở sống
Xa người nhớ giấc trở nằm đêm

# Thân Buồn

Thân buồn ở tạm xứ ngày qua
Lẩn sống ôm chi để tiếc mà
Nâng chén rũ ai mời chén hả
Hận tình trao kẻ phụ tình a
Dâng sầu khúc nhạc than đời lạ
Ẩn xót lời thơ viết mối xa
Lần biệt cách em lòng buốt giá
Quần thương nhớ đắm cảnh quê nhà

Nhà quê cảnh đắm nhớ thương quần
Giá buốt lòng em cách biệt lần
Xa mối viết thơ lời xót ẩn
Lạ đời than nhạc khúc sầu dâng
A tình phụ kẻ trao tình hận
Hả chén mời ai rũ chén nâng
Mà tiếc để chi ôm sống lẩn
Qua ngày xứ tạm ở buồn thân

# TÌNH CÂM

Thương người tỏ ngại giữ tình câm
Gượng gánh riêng mình chuyện khổ tâm
Vương vấn nợ duyên đêm thức trắng
Dưỡng nuôi tình ái dạ lo thầm
Nường tin nhận khó xa lòng ngẩn
Hướng Tổ rời đau xáo ruột bầm
Đường tính tới lui đường hụt hẫng
Phương xa cách đó nhớ buồn dâng

Dâng buồn nhớ đó cách xa phương
Hẫng hụt đường lui tới tính đường
Bầm ruột xáo đau rời Tổ hướng
Ngẩn lòng xa khó nhận tin nường
Thầm lo dạ ái tình nuôi dưỡng
Trắng thức đêm duyên nợ vấn vương
Tâm khổ chuyện mình riêng gánh gượng
Câm tình giữ ngại tỏ người thương

# Ta Buồn

Thơ biên gởi đáp chẳng bao nhiêu
Có lẽ tình phai lúc tuổi chiều
Nhớ chỉ nhớ cuồng mong kẻ hiểu
Thương đành thương muộn muốn người theo
Gởi trao lời ái hô vui thiếu
Gặp tỏ điều ưng nói chán nhiều
Biết thế thế thời yêu chết yểu
Ta buồn đã phụ trái tim kêu

# Mẹ

Mắm mung mẹ bán chẳng ngày ngưng
Lận đận nuôi con khổ quá chừng
Lặn lội thân gầy băng tứ hướng
Nổi trôi phận bạc dạt ngàn phương
Ngày nhàn không đến cam sầu hứng
Đời khá đâu mơ biểu xót dừng
Thấy được con vui lòng mẹ sướng
Con buồn mắt mẹ giọt rưng rưng

# Tình Mẹ

À ơ Mẹ hát tiếng ru con
Ngả bóng đành thương nhớ mỏi mòn
Nhà dựng cửa xây người giúp bộn
Cá kho cơm nấu bữa ăn ngon
Ra công gắng sức nuôi con lớn
Hoạ chữ rèn tâm đáp nghĩa tròn
Ca hát vui đời bên bận rộn
Ba chìm bảy nổi giữ tình son

Son tình giữ nổi bảy chìm ba
Rộn bận bên đời vui hát ca
Tròn nghĩa đáp tâm rèn chữ họa
Lớn con nuôi sức gắng công ra
Ngon ăn bữa nấu cơm kho cá
Bộn giúp người xây cửa dựng nhà
Mòn mỏi nhớ thương đành bóng ngả
Con ru tiếng hát Mẹ ơ à

# Anh Về Nơi Đó

Anh về nơi đó hợp yên vui
Kỷ niệm thân thương nhắc sụt sùi
Trưa nấu cơm canh lo nhóm củi
Chiều khâu mành lưới gọi kêu người
Giỗ cha mẹ dọn đèn chong lối
Tiệc xóm làng lo trống đổ hồi
Giá được chung đi lòng sướng bội
Đời qua hên có ít lần thôi

Đời qua hên có ít lần thôi
Cát trắng chân bươn dẫm nóng hồi
Nồm thổi liu hiu qua lắm lối
Diều bay lơ lửng thích bao người
Bờ ghe ghé đậu căng neo dúi
Biển sóng trào dâng khuấy nước sùi
Thăm cháu con khu nhà cúng mới
Anh về nơi đó hợp yên vui

# Bạn Bè Quen Biết

Bạn bè quen biết hẹn nhau vui
Mail nối phone kêu nở nụ cười
Mặc tuổi luống lòng luôn nhắc cội
Dầu thân mỏi tính vẫn yêu đời
Gái trai tìm hiểu mong gầy mối
Già trẻ tựa nương tỏ hứa lời
Mỗi cảnh mỗi người ngày mỗi mới
Tình xây nghĩa giữ đậm nào vơi

Tình xây nghĩa giữ đậm nào vơi
Quê vẫn ngàn năm rộn tiếng lời
Câu hát đưa nôi vang vọng lối
Lời thơ dựng nước khắc ghi đời
Thấy người khác xứ chào xưng hỏi
Gặp kẻ cùng thôn vẫy nói cười
Tay bắt mặt mừng thương mến gởi
Bạn bè quen biết hẹn nhau vui

# NHỚ

Xa làng xóm mãi nhớ người yêu
Rộn trống chiêng khua tiệc đãi chiều
Ga ịn bóng về qua xóm miếu
Gió vờn mây tản biệt nương đèo
Gà trưa gáy tục lời trong trẻo
Nắng sớm chong quần cảnh tịch liêu
À ơ tiếng ru nôi ấm dịu
Ra vào bóng mẹ thấy mừng reo

Reo mừng thấy mẹ bóng vào ra
Dịu ấm nôi ru tiếng ơ à
Liêu tịch cảnh quần chong sớm nắng
Trẻo trong lời tục gáy trưa gà
Đèo nương biệt tản mây vờn gió
Miếu xóm qua về bóng ịn ga
Chiều đãi tiệc khua chiêng trống rộn
Yêu người nhớ mãi xóm làng xa

# Thơ Ơi Thơ Hỡi

Thơ ơi thơ hỡi viết nhiều đi
Gắn bó tình sau biết nói gì
Lo nỗi mơ tan gây thối chí
Đắm lần yêu trộm có thương khi
Mail qua Mail lại trao lời nhỉ
Phone nhắn phone tìm tỏ chuyện chi
Đây đó sống xa chưa rõ kỷ
Mà nghe như đã với nhau vì

Mà nghe như đã với nhau vì
Nối cảm bắt cầu đâu ngại chi
Sống thật sống vui nêu tốt ý
Ở hiền ở thảo tránh buồn khi
Ngày qua thờ thẫn ai hay hỉ
Đêm đến bâng khuâng đó nghĩ gì
Thôi để tiếng lòng ta thủ thỉ
Thơ ơi thơ hỡi viết nhiều đi

# Tình Si

Thơ bài gởi nhớ lệ tràn mi
Lỡ bước người xa tiếc núi gì
Ngơ ngẩn bóng tìm vui tỏ ý
Thở than tin ngóng lặng chờ khi
Bờ vai tựa ấm trao ai hỉ
Cỡ mộng căng đầy nhớ bóng chi
Vơ vẩn mối hờ nuôi thỏa chí
Giờ đau phận lẻ héo tình si

Si tình héo lẻ phận đau giờ
Chí thỏa nuôi hờ mối vẩn vơ
Chi bóng mớ đầy căng mộng cỡ
Hỉ ai trao ấm tựa vai bờ
Khi chờ lặng ngóng tin than thở
Ý tỏ vui tìm bóng ngẩn ngơ
Gì nuối tiếc xa người bước lỡ
Mi tràn lệ nhớ gởi bài thơ

# Nhớ Lễ Làng Quê

Nhang đèn sáng tỏa ấm hồn tôi
Mãi cách quê lòng thương nhớ ôi
Van vái cúng lăng chiêng trống dội
Khẩn cầu dâng lễ thịt xôi mời
Làng trai gái tụ thi câu đối
Biển thúng ghe quần đọ mái bơi
Than thở tránh xin phần phước tới
An bình sống lộc trổ nơi nơi

Nơi nơi trổ lộc sống bình an
Tới phước phần xin tránh thở than
Bơi mái đọ quần ghe thúng biển
Đối câu thi tụ gái trai làng
Mời xôi thịt lễ dâng cầu khẩn
Dội trống chiêng lăng cúng vái van
Ôi nhớ thương lòng quê cách mãi
Tôi hồn ấm tỏa sáng đèn nhang

# THÍCH THƠ VĂN

Thơ văn viết thích bạn bè ơi
Ý thảo luôn ghi góp chọn lời
Ngơ ngẩn việc làm xuôi xếp dỗi
Hững hờ câu nói gợi em cười
Tơ chùng phiếm lạc duyên tan vội
Bạn ngóng người đi mộng rối bời
Giờ sống khổ ri đời tiếp nối
Bờ môi lạnh nhạt đợi bờ môi

Môi bờ đợi nhạt lạnh môi bờ
Nối tiếp đời ri khổ sống giờ
Bời rối mộng đi người ngóng bạn
Vội tan duyên lạc phiếm chùng tơ
Cười em gợi nói câu hờ hững
Dỗi sếp xuôi làm việc ngẩn ngơ
Lời chọn góp ghi luôn thảo ý
Ơi bè bạn thích viết văn thơ

# TÌNH ĐAU

Đầu quen bạn kết nguyện bền đôi
Nghĩa sớt tình chia giữ hứa lời
Lâu sống thuận hoà xây kiếp mới
Vững lo chung thủy tạo đời vui
Đâu ngờ thế bắt tơ duyên đổi
Chẳng có thời cho mộng ước hồi
Sâu đậm tháng năm ăn ở nối
Đau thương phận lẻ chịu mình tôi

Tôi mình chịu lẻ phận thương đau
Nối ở ăn năm tháng đậm sâu
Hồi ước mộng cho thời có chẳng
Đổi duyên tơ bắt thế ngờ đâu
Vui đời tạo thủy chung lo vững
Mới kiếp xây hoà thuận sống lâu
Lời hứa giữ chia tình sớt nghĩa
Đôi bền nguyện kết bạn quen đầu

# Chi Buồn

Chi buồn chị hỡi cách chia xa
Lớp cũ trường xưa nhớ thiết tha
Thi trống điểm hồi tim đập lạ
Dẫm chân qua lối bóng in hoà
Khi buồn có bạn lòng êm ả
Lúc rỗi kể em nghĩa đậm đà
Đi đứng đây đời hoang lạnh quá
Gì vui thiếu đẹp cảnh quê ta

Ta quê cảnh đẹp thiếu vui gì
Quá lạnh hoang đời đây đứng đi
Đà đậm nghĩa em kể rỗi lúc
Ả êm lòng bạn có buồn khi
Hoà in bóng lối qua chân dẫm
Lạ đập tim hồi điểm trống thi
Tha thiết nhớ xưa trường lớp cũ
Xa chia cách hỡi chị buồn chi

# LÀNG ƠI

Làng ơi cách biệt vẫy buồn chi
Tháng bão ngày mưa xảy ích gì
Than oán đất trời mùa trái ý
Gắng tu lăng miếu phận hên khi
Đàng cong xóm nhỏ thăm ai chỉ
Nắng nhạt nhà xa thương kẻ đi
Răng rứa rẽ chia đây đó hỉ
Khăn sầu thấm lệ giọt tràn mi

Mi tràn giọt lệ thấm sầu khăn
Hỉ đó đây chia rẽ rứa răng
Đi kẻ thương xa nhà nhạt nắng
Chỉ ai thăm nhỏ xóm cong đàng
Khi hên phận miếu lăng tu gắng
Ý trái mùa trời đất oán than
Gì ích xảy mưa ngày bão tháng
Chi buồn vẫy biệt cách ơi làng

# Xa Cách Quê

Quê nhìn thắt ruột nhớ ai đây
Thế mãi đời trôi nổi tháng ngày
Lê gót não lòng đau khổ thấy
Kệ thân chùng bước khổ nghèo vây
Mê say bóng cũ duyên ruồng rẫy
Bể đổ tình xưa số đọa đày
Thề hẹn nát yêu thương gánh gãy
Về đâu mộng ước sướng vui đầy

Đầy vui sướng mộng ước đâu về
Gãy gánh thương yêu nát hẹn thề
Đày đọa số xưa tình đổ bể
Rẫy ruồng duyên cũ bóng say mê
Vây nghèo khổ bước chùng thân kệ
Thấy xót đau lòng não gót lê
Ngày tháng nổi trôi đời mãi thế
Đây ai nhớ ruột thắt nhìn quê

# Nằm Mình

Nằm mình gió thổi lạnh hồn se
Sống thiếu người thân thiếu bạn bè
Hạ đến tiết nồng tình chẳng ghé
Ngày qua cảnh đẹp mộng không về
Tuổi thơ đánh mất than bao kẻ
Tình cũ vùi chôn rối lắm bề
Đêm thức chong đèn soi bóng lẻ
Ước mong câm nín khổ ri hè

Ước mong câm nín khổ ri hè
Thôi chúc người vui sướng mọi bề
Thăm viếng bà con quên lúc rẽ
Nhớ thương làng xã gặp khi về
Vào xuân lộc hái mong gieo quẻ
Dự lễ lòng trông tụ hát bè
Quên ở xứ xa đời nhạt tẻ
Nằm mình gió thổi lạnh hồn se

# Mừng Ngày Giỗ Tổ

Mừng ngày giỗ tổ xóm làng ơi
Đông đủ bà con gởi nụ cười
Tiếng hát rộn ràng vang khắp lối
Thơ yêu trìu mến viết bao lời
Gái trai khen tặng ra câu đối
Bác chú thi đua kể chuyện đời
Xa cách quê mà vui quá đỗi
Chén thù chén tạc cạn cùng thôi

Chén thù chén tạc cạn cùng thôi
Quý xẻ chia nhau ước hẹn đời
Kết phận duyên nồng xây đẹp mối
Gặp bè bạn cũ giỡn vui lời
Anh em kể chuyện chen câu nói
Cô cậu choàng vai tạo tiếng cười
Thân mật có chừ đâu thấy hỡi
Mừng ngày giỗ tổ xóm làng ơi

# Nhớ Mẹ

Ngồi mình nhớ Mẹ tháng năm xưa
Buôn bán tảo tần cực sớm trưa
Dỗ cháu nuôi con cơm chạy bữa
Cúng tiên thờ tổ giỗ lo mùa
Nhà xiêu mái dột mưa rơi bủa
Thân yếu vai gầy mắm gánh đưa
Sống chẳng giàu sang thêm khổ rứa
Thương yêu biết nói mấy cho vừa

Thương yêu biết nói mấy cho vừa
Tiếng hát à ơ lẫn võng đưa
Đêm thức ru con ru lắm đứa
Ngày chăm muối cá muối bao mùa
Tiền vô dành dụm mua khoai lúa
Sức gắng giữ gìn chịu nắng mưa
Người mất lâu rồi còn đâu nữa
Ngồi mình nhớ Mẹ tháng năm xưa

# Buồn Nào Hơn

Buồn nào hơn lẻ phận nơi đây
Thèm chuyến thăm quê sống những ngày
Nhìn biển trải xanh ghe thúng cạy
Ngó mây phủ trắng gió mưa bay
Đây làng xóm cũ hương hoa dậy
Đó bạn bè xưa rượu thịt bày
Tiệc đãi người về vui biết mấy
Nặng lòng bịn rịn lúc chia tay

Nặng lòng bịn rịn lúc chia tay
Sống ở nơi xa tạo hoá bày
Tình chẳng lên ngôi tình nhớ vẫy
Mộng không bén rễ mộng vờn bay
Làm thơ bớt khổ câu ghi giấy
Hát nhạc tìm vui tiệc mở ngày
Lánh trống trải đời xa xúi quẩy
Buồn nào hơn lẻ phận nơi đây

# Thơ Ơi

Thơ lời vắng chữ dạ buồn vây
Khổ phận rời quê nhớ tháng ngày
Ngơ ngẩn dáng tìm ngăn lối thấy
Dở dang tình hận gối đời say
Chờ yêu rước bóng ai tìm vẫy
Rớ mộng xe duyên ý tỏ bày
Tơ đoạn bút cùn vần múa nhảy
Giờ xa cách bạn gởi chi đây

Đây chi gởi bạn cách xa giờ
Nhảy múa vần cùn bút đoạn tơ
Bày tỏ ý duyên xe mộng rớ
Vẫy tìm ai bóng rước yêu chờ
Say đời gối hận tình dang dở
Thấy lối ngăn tìm dáng ngẩn ngơ
Ngày tháng nhớ quê rời phận khổ
Vây buồn dạ chữ vắng lời thơ

# Chuyện Ngày Xưa

Vui vầy nhắc lại chuyện ngày xưa
Cực khổ nhà nghèo khó tránh xua
Tìm kiếm sắn khói ăn đỡ bữa
Quẩn quanh anh chị sống chăm mùa
Mẹ buôn mắm mặc mưa giăng cửa
Cha lạu ghe dầu nắng chói trưa
Nuôi cả đàn con ăn học rứa
Công ơn trời biển đắp sao vừa

Công ơn trời biển đắp sao vừa
Cha mẹ chẳng nề cực sớm trưa
Việc miếu việc lăng lo lắm bữa
Mắm dưa mắm cá muối bao mùa
Gái trai kết bạn chân thành hứa
Già trẻ gây tình giả dối xua
Người đến viếng làng ưng đến nữa
Vui vầy nhắc lại chuyện ngày xưa

# Đâu Sướng Sung-Chi

Đâu sướng sung chi uống rượu mời
Hững hờ duyên kiếp mộng mơ trôi
Đầu vui gặp mặt đi chung lối
Cuối xót chia tay nói khổ lời
Sầu chất nặng vai than đất hỡi
Rủi đeo buồn phận trối trời ơi
Sâu lòng quặn chịu thêm bao tuổi
Dâu bể đời bên mệt mỏi người

Người mỏi mệt bên đời bể dâu
Tuổi bao thêm chịu quặn lòng sâu
Ơi trời trối phận đen đeo rủi
Hỡi đất than vai nặng chất sầu
Lời khổ nói tay chia xót cuối
Lối chung đi mặt gặp vui đầu
Trôi mơ mộng kiếp duyên hờ hững
Mời rượu uống chi sung sướng đâu

# Quê Ơi

Nay quê nhớ lắm rượu tìm say
Đẹp cảnh xa người rảo bước cay
Ray rứt dạ khơi duyên khổ dậy
Ngại ngần thân chịu kiếp sầu vây
Bày câu chữ đẹp in trang giấy
Kiếm bạn bè vui tụ tháng ngày
Xây dựng xã làng xinh vững mấy
Nẩy yêu kết nụ chứa mơ đầy

Đầy mơ chứa nụ kết yêu nẩy
Mấy vững xinh làng xã dựng xây
Ngày tháng tụ vui bè bạn kiếm
Giấy trang in đẹp chữ câu bày
Vây sầu kiếp chịu thân ngần ngại
Dậy khổ duyên khơi dạ rứt ray
Cay bước rảo người xa cảnh đẹp
Say tìm rượu lắm nhớ quê nay

# Nhà Thờ

Nhà Thờ đang dựng quá mừng tôi
Đông đủ bà con tụ cuối đời
Cha mẹ anh em sum họp mối
Tổ tiên dòng họ phụng thờ nơi
Chung thuyền chung hội tình chia nối
Cùng lửa cùng trang nghĩa đắp bồi
Tháng quảy ngày đơm chung nghĩ tới
Cúng lo tươm tất chẳng sai lời

# Vườn Đào

Xinh xinh trái chín ửng vườn đào
Thử vói vân vê đã lắm nào
Người thích tóm ngay tiền trả đẹp
Bạn lo nói nhỏ giá đừng cao
Vững lòng đầu gật trao hò hẹn
Thuận y vai kề tránh núng nao
Từ đó khách quen cùng khách lạ
Tìm chen chọn nghẹt lối đi vào
*Thanh Huy (Huu Tran)*

# Nường Ơi

Thương em nhớ vội viết bài thơ
Ý hợp lời vui gởi đợi chờ
Vương vấn sự tình màu sắc rỡ
Đuổi đeo hình bóng nợ duyên hờ
Đường chia đó đến đời trăn trở
Lối lạc đây đi dáng vật vờ
Nường hỡi phụ chi thay đổi nỡ
Hương lìa nhuỵ khép dập vùi mơ

Mơ vùi dập khép nhụy lìa hương
Nỡ đổi thay chi phụ hỡi nường
Vờ vật dáng đi đây lạc lối
Trở trăn đời đến đó chia đường
Hờ duyên nợ bóng hình đeo đuổi
Rỡ sắc màu tình mối vấn vương
Chờ đợi gởi vui lời hợp ý
Thơ bài viết vội nhớ em thương

# Nghề Biển Quê Tôi

Sống nghề biển kỵ bão mưa dông
Mong sóng lặng bờ mây tản đông
Cạy thúng quanh mom câu bủa cá
Nới mành gần rạng xúm ra công
Nghỉ ngày thư thả đồ mua đủ
Lo tháng loanh quanh lưới vá ròng
Cúng khấn đầu năm chiêng trống nổi
Trúng mùa mắm bán trội tiền nong

Trúng mùa mắn bán trội tiền nong
Ai trải qua không sướng hưởng ròng
Cha mẹ ở vui nào phí sức
Anh em sống khỏe chẳng hoài công
Xưa nghề định rõ lòng ưa thuận
Nay việc cần mong bạn hợp đông
Trời giúp có thời mùa cá trúng
Sống nghề biển kỵ bão mưa dông

# Nhớ Làng Quê

Phương trời lưu lạc sướng vui đâu
Ngó hướng quê xa tủi lúc đầu
Nhớ xã nhớ làng lòng luống não
Thương bè thương bạn ruột cào đau
Ngày qua cơ cực thân xông xáo
Tuổi đến già nua kiếp dãi dầu
Giỗ tổ người người chung cúng nấu
Trẻ già ra sức bọc đùm nhau

Trẻ già ra sức bọc đùm nhau
Thao thức ngồi đêm thắp ngọn dầu
Nhắc đến tình hờ tình biến ảo
Kể về mộng cuối mộng tan đau
Giỡn đùa bạn cũ vờ ra dấu
Tưởng nhớ người thân niệm cúi đầu
Dạ thắt ruột bầm ai hiểu thấu
Phương trời lưu lạc sướng gì đâu

# Phượng Hồng

Thẫn thơ thơ thẫn mà vui
Như nghe câu hát tiếng cười quanh đây
Phượng hồng nhìn đắm nhìn say
Một thời áo trắng tóc mây cánh diều

Yêu ai yêu chỉ một chiều
Đuổi đeo không nói lại thêu mộng vàng
Để hè phượng khóc phượng than
Đường em em bước ta mang nỗi buồn

Em xa tàn hạ đi luôn
Vắng người hồn mất mắt tuôn giọt sầu
Tình câm nín nín câm lâu
Mà sao rên rỉ theo nhau những ngày

Bây giờ phượng với ngoài tay
Tuổi qua chồng chất mơ gầy cùng ai
Mối tình chẳng có tương lai
Buồng tim khắc một không hai với người

Gặp sau không hỡi người ơi
Hay vui mộng ảo cho đời dễ thương
Em xa anh rẽ hai đường
Khiến lòng lo mãi tình vương khó tìm

Mai đi ai nhắc họ tên
Nơi nào ta sống có em đợi chờ
Chờ người đã viết bài thơ
Nhớ thương chứa cả ước mơ phượng hồng

# Nhớ Quê Xa

Ai đời bận tường nhớ quê xa
Sáng tỏa đồi nương rộn tiếng gà
Mai chói nắng vàng Xuân trổ lộc
Gió vờn mây trắng bướm chào hoa
Cài trâm gái đợi chờ duyên nợ
Kết chỉ trai xây dựng cửa nhà
Vai nặng nghĩa tình vun mối thắm
Dài lâu mộng ước thấm lòng ta

Ta lòng thấm ước mộng lâu dài
Thắm mối vun tình nghĩa nặng vai
Nhà cửa dựng xây trai chỉ kết
Nợ duyên chờ đợi gái trâm cài
Hoa chào bướm trắng mây vờn gió
Lộc trổ xuân vàng nắng chói mai
Gà tiếng rộn nương đồi tỏa sáng
Xa quê nhớ tưởng bận đời ai

# Thơ Họa

Thơ họa lung tung sướng mấy chừng
Mấy khuya ngồi rán chắc còng lưng
Kiến đeo miệng đọc sai tay sửa
Chữ viết câu gieo trật mắt trừng
Đèn tối canh tàn gà vịt réo
Cơm khô miệng nuốt nước ly bưng
Nhiều năm nhiều cố lòng không nản
Sẽ tiếng truyền vang mặt sáng lừng
*Thanh Huy Huu Tran*

# Đời

Đời thường bạc bẽo chớ buồn em
Dẫu thiếu người yêu hiện vén rèm
Hãy tạo lòng vui nêu ý sống
Nên tìm mộng thắm viết người xem
Nay thì duyên hẩm giăng bên cửa
Mai sẽ tình chung hiện trước thềm
Phước đến đầu tay gìn giữ lấy
Xây nhà hạnh phúc sướng tăng thêm

# THƠ

Thơ vui thơ viết gởi bao ngày
Thiện cảm mong người nhận đáp ngay
Rõ nghĩa rõ tình nêu ý tốt
Chọn lời chọn chữ viết câu hay
Anh em chí lớn thương yêu đậm
Năm tháng quen thân hiểu biết dày
Sống thật thà chung tìm lẽ sống
Đâu vì danh lợi để lòng cay
*Thanh Huy Huu Tran*

Đọc thơ ai thấy tội nghiệp cho đời
Cô gái chết rồi con cái thét gào thôi
Nước mắt đổ nước dòng sông đỏ chói
Khóc cho người đâu chỉ khóc riêng tôi

Hoàn cảnh đau nào không nước mắt người ơi
Buồn nhân thế buồn bao người chia với
Chợ còn đây sao người đi quá vội
Con bây giờ đâu sống có ai nuôi

# Kẻ Chiến Thắng

Giờ cuối màng tranh xứng dự đài

Anh hùng mỹ nữ chọn mang đai

Người xông xáo thắng cười môi đẹp

Kẻ ngả quỵ thua thở tiếng dài
Báo bạn làm thơ danh đứng nhất

Loan anh tranh cuộc giải về hai

Lý lòng bay bổng đầy sung sướng

Chẳng nói nhưng ai cũng biết tài
*Thanh Huy*
*Huu Tran*

# Ngày Cúng

Ngày cúng làng mình rộn rịp nơi

Hân hoan ai cũng mắt môi cười

Nhìn anh nhìn chị lòng hồ hởi

Thấy cháu thấy con dáng đẹp tươi
Giỗ ở quê nhà năm tháng nối

Tiệc bày đất khách rượu bía khui

Thần giao cách cảm chung vui với

Ước mãi như ri thật đã đời

*Trần thanh Hựu*

# Nuôi Cháu

Nuôi cháu ăn chơi thế sướng rồi
Nuôi tiền nuôi của đó người ơi
Dệt cơn mơ mộng ngang tầm với
Dệt mối yêu thương giữa tiếng cưới
Đói lại cho ăn đừng hối vội
No thì dỗ ngủ để nằm vui
Lớn lên nội ngoại thăm lui tới
Ông nọ bà kia tiếng để đời

Ông nọ bà kia tiếng để đời
Vang xa mọi chốn khiến lòng vui
Anh em vô sở thường thăm hỏi
Cha mẹ gặp ai cũng mến cười
Đáng giá công lao bè bạn hỡi
Rạng danh dòng giống xóm làng ơi
Tôn ti lễ đạo luôn truyền nối
Nuôi cháu ăn chơi thế sướng rồi

## Gặp Đây

Gặp đây đông đủ thấy mừng ơi
Kể chuyện ngày xưa đã lắm đời
Ăn dĩa cơm gà ngon tối tối
Ngủ giường chăn nệm sướng nơi nơi
Cặp bồ dạo phố lòng hồ hởi
Đội mũ đeo lon dáng trẻ tươi
Đâu phải như giờ chân lỏng gối
Đường xa đi mệt cứ kêu trời

## Vĩnh Biệt Người

Hai nơi vĩnh biệt kể từ đây
Trời đất xuôi chi vắng chốn nầy
Cây ớt cây cam không nước tưới
Cái quần cái áo chẳng ai thay
Bóng hình quen thuộc tìm nơi ẩn
Nhà cửa trống trơn đợi kẻ quay
Đi mãi sao người không trở lại
Cháu con thương nhớ tưởng đêm ngày

# Ngày Mai Gặp Mặt

Ngày mai gặp mặt bạn đường ơi
Kỷ niệm thân thương tỏ với đời
Đất Quãng lối đi quen thuộc lối
Hội An nơi đóng rộn ràng nơi
Tình luôn giữ đậm dầu tâm rối
Nghĩa vẫn lo tròn dẫu mộng trôi
Mong được sống lâu tìm nhắn hỏi
Cầm tay chúc phúc nở môi cười

Cầm tay chúc phúc nở môi cười
Nhắc lại tháng ngày nước nổi trôi
Sung sướng trời cho vui mấy buổi
Nhọc nhằn thân chịu khổ bao nơi
Tình yêu chọn dệt xui tan mối
Hình bóng tìm theo ảo hận đời
Thôi kể chi buồn vui vẻ với
Ngày mai gặp mặt bạn tôi ơi

# Mưa Xuân

Vào Xuân sao lại nhiều mưa
Ngồi đây đếm nỗi buồn đưa tiếng buồn
Nâng ly ly tủi ly hờn
Sum vầy ai đón cô đơn riêng mình

Thoảng đâu đây tiếng cầu kinh
Chuông rơi chầm chậm điểm tình ăn năn
Đời chia hai ngã làm răng
Người xây duyên mới ta hằng vết đau

Ngoài trời rộn rã mưa mau
Giọt thương giọt nhớ chảy vào tim gan
Ra đi là biệt hỡi nàng
Nếu mai có tiếc thở than cũng rồi

# Ngày Xưa

Ngày xưa còn nhỏ tuổi rong chơi
Rủ bạn bắn chim nướng thịt xơi
Đôi lúc đêm đêm nằm chiếu đất
Nhiều khi sáng sáng ngắm mây trời
Trường vô trống giục lòng nôn lạ
Cha kiếm mẹ la ruột xót bời
Giờ lớn nhà nghèo con lóc nhóc
Tìm người quen giúp biệt tăm hơi

# Nghèo

Đời khổ nghèo nên túi rỗng tiền
Ai ưng mà nói có tình duyên
Thấy em làm dáng cười lăn lóc
Gặp bạn khoe tài nói xỏ xiên
Cậy kiếm gái tơ lo kẻ gạt
Tìm thuê nhà rẻ sợ tên điền
Tính đường chăn gối điều phi phỏng
Ảo mộng đi vào giấc ngủ miên

# Tình Rời

Ân tình rời rã héo màu thương
Người bỏ ta đi lạnh chiếu giường
Oanh liệt đâu thời tung vó ngựa
Thở than đây lúc thức đêm sương
Co ro đông đến vương sầu thảm
Khúm núm thu đi luống đoạn trường
Vận mạt như người mang kiếm gãy
Chong đèn tưởng bóng nhớ mùi hương

# Sầu

Khi đọc thơ yêu sợ chữ sầu
Mang sầu lòng nặng nỗi niềm đau
Tiền tài danh lợi không gom đủ
Duyên nợ ân tình chẳng thấm sâu
Mới gặp giận người gây cách vội
Vừa yêu trách bạn bỏ lìa mau
Chưa lần hạnh phúc trong đời sống
Có đâu hái mộng thuở ban đầu

# Yêu Nhiều

Suốt đời tôi cứ thương ai
Biết rồi cách biệt buồn dai nhớ thầm
Bóng người chim cá mù tăm
Tình ôm lạnh lẽo như tằm thiếu tơ

Đi không trở lại bao giờ
Bỏ yêu rơi rụng ngẩn ngơ héo sầu
Hôm nào mới gặp quen nhau
Lại qua kỷ niệm ban đầu dễ thương

Phone reo mail khỏ tiếng mừng
Rồi chia hai ngã mịt mùng tối thui
Hôm nào thơ nối câu vui
Chữ nghiêng mực tím viết đôi vuông tròn

Má môi hồng giữ sắc son
Tình nay tím ngắt vùi chôn nửa vời
Còn đâu dáng cũ tiếng cười
Vắng lâu thấy chẳng ngõ đời nhiễu nhương

Chân bùn gót ngọc người phương
Bên chăn gối lạnh bên hương phấn thừa
Ước mơ vun mấy cho vừa
Thôi xin trả lại câu thưa tiếng chào

# Nửa Tôi

Nửa tôi giấu một tình yêu
Nửa tôi cố tỏ một điều thủy chung
Lẻ loi hai nửa trong cùng
Trái tim u ẩn rưng rưng nỗi sầu

Nửa tôi đầu ấp nợ nhau
Nửa tôi mộng mị gây đau một người
Tình gần nhớ kẻ xa xôi
Tình trong tay ấm thương đời lạnh tanh

Cuối nằm ôm chiếc chiếu manh
Một tôi đau đớn ngó quanh rụng rời
Trăm năm còn chỉ lệ rơi
Ngàn năm hối hận cũng thôi đoạn đành

# Mừng Đêm Giáng Sinh

Đêm lạnh nôn nao cảnh giáo đường
Không giờ chuông đổ rộn muôn phương
Lộng trời pháo nổ đèn chong sáng
Chật đất người đi lối nhịn nhường
Cầu chúa ban lành trên thế giới
Mong người hưởng lộc giữa quê hương
Nhà nhà hạnh phúc cơm no đủ
Tránh khổ đau bên chuyện thất thường

# THƯƠNG THẦM

Thương thầm nhớ trộm được gì đâu
Nhắc chuyện xa xưa động mối sầu
Tìm bến bến dời vương gió bụi
Gọi người người ẩn khuất nương dâu
Yêu không trọn để tàn hương lửa
Sống chẳng chung nên lỗi nhịp cầu
Ngớ ngẩn trồng si ôm gối chiếc
Đêm nằm thao thức khổ canh thâu

# ĐOÁ HỒNG

Hồn nở xinh xinh một đóa hồng
Tôi ôm kín chẳng ngại trời dông
Mặc mưa rơi rớt giăng phương lạ
Kệ sấm vang rền búa phố đông
Hình khắc vào tim đời đã thoả
Tình mang trong trí mộng như xong
Nuôi em hạnh phúc bằng con chữ
Bằng cánh thơ yêu đẹp với lòng

## Tình Rời

Ân tình rời rã héo màu thương
Người bỏ ta đi lạnh chiếu giường
Oanh liệt đâu thời tung vó ngựa
Thở than đây lúc thức đêm sương
Co ro đông đến vương sầu thảm
Khúm núm thu đi luống đoạn trường
Vận mạt như người mang kiếm gãy
Chong đèn tưởng bóng nhớ mùi hương

## Tình Ưu Tư

Mơ mộng riêng mình phải nghiệp dư
Anh đây em đó dứt bao chừ
Mặt không thấy mặt chia lìa xứ
Tình chẳng nên tình đoạn tuyệt thư
Hai ngõ bướm hoa sầu chứa đủ
Nửa đời hương phấn khổ còn dư
Bóng cũ biệt tăm không hồi khứ
Thương tỏ cùng ai nỗi tạ từ

## QUA CẦU

Pháo nổ nhà ai xác đỏ màu
Tôi tình mất mát quặng hồn đau
Người đi biền biệt quên thề cũ
Kẻ ở bơ vơ nhỏ giọt sầu
Chăn chiếu lạnh lùng buồn ủ mãi
Bóng hình vắng vẻ xót xa lâu
Vào ra thờ thẫn tâm cuồng loạn
Mộng vỡ duyên tan gãy nhịp cầu

## TỦI THÂN

Dương thế vui tươi sáng rỡ màu
Sao mình đen đủi chịu nhiều đau
Lên non đón củi thân dầu dãi
Xuống suối mò cua phận tủi sầu
Cha mẹ biệt ly buồn mệnh yểu
Anh em xa cách khổ tình lâu
Sống mình trơ trọi xa bè bạn
Ai có thương xin hẹn nối cầu

## NGƯỜI ĐI

Giọng cười câu nói vẫn còn vang
Người bỏ ta đi lỡ đá vàng
Ngày tưởng bóng xa lòng cắt đoạn
Đêm ôm bóng chiếc lệ rơi hàng
"Dòng sông ly biệt" tình ai oán
"Khúc hát ân tình" tiếng thở than
Bảy nổi ba chìm thân vướng nạn
Vỡ yêu sao mãi gọi tên nàng

## YÊU VƠ VẨN

Chiều ngắm hoàng hôn phủ gió mây
Tối nhìn sao rụng thả hồn say
Thẫn thờ thân mặc trời đưa đẩy
Đau đớn lòng nào đất biết hay
Người hỡi mới quen đà phụ rẫy
Tình ơi chưa thấm đã lìa bay
Phải như cây cỏ không nghe thấy
Đâu vướng sầu tư cõi thế nầy

# Cầu

Thỏa trí tu tâm giữ nguyện nầy
Cầu đời thanh thản thả hồn bay
Tô tình sông núi cơn mơ đẹp
Đáp nghĩa bạn bè tiếng hát hay
Lạnh lắm thôi đành nhen bếp ấm
Buồn nhiều cứ nhủ nhấm men say
Uống cho túy luý quên trời đất
Xua mộng ước tàn tựa bóng mây

# Tàn Mộng

Ngồi mình buồn lắm bé yêu ơi
Tình đến tình sao ngại nói lời
Dằn vặc tâm tư nghe bão nổi
Rức ray thân xác đọc thư mời
Mỗi lần thấy bạn chờ ai tới
Bao lúc vò đầu khóc lệ rơi
Trời đất quay cuồng lòng nhức nhối
Mộng mơ lắm cũng nát tan rồi

# Hãy Thương

Hãy thương mình nhé bạn đường ơi
Đừng để người yêu trách dỗi lời
Lòng vị hai lòng vui kẻ đợi
Ý ôm một ý khó ai mời
Cái tình vững chắc mong không tới
Món nợ nặng nề tránh cứ rơi
Rơi giữa tâm hồn buồn tức tưởi
Cầu duyên gãy nhịp bóng xa rồi

# Phận Lẻ

Nhớ kẻ sang ngang… chậm mất rồi
Đêm ngồi tiếc nuối lệ lòng rơi
Ôm tình đổ vỡ không người hỏi
Dự lễ vu quy chẳng kẻ mời
Thơ viết câu buồn đành rẽ lối
Lòng mang phận lẻ chịu im lời
Gởi về nơi đó làm quà cưới
Để được vui vầy yêu dấu ơi

## Tình Bạn

Chông gai đừng ngại bạn bè ơi
Cứ hát đàn vui thả tiếng lời
Đời bạc đường chung so bước nối
Lời sâu ý đậm tỏ câu mời
Bếp hồng lửa nhóm xua tình dỗi
Mái ấm vai kề đón nắng rơi
Chẳng sợ sóng cuồng mưa ngập lối
Khi yêu thương đã gởi trao rồi

## Đi Chơi

Sáng dậy cà phê uống sướng rần
Lên đường với bạn lướt đôi chân
Qua rừng vượt dốc bươn đèo cấm
Xuống hố xuyên mương lội suối ngầm
Trăm nhớ ngàn thương xây tổ ấm
Chín mơ mười ước đập tan bần
Ra đi tạo hưởng tình vô tận
Quên hết u buồn đuổi bám thân

## Số Giàu

Đoán đời cô gái sướng đâu teo
Da trắng mặt xinh số chẳng nghèo
Lộc gặp chàng giàu vàng đủ biếu
Phước vơ cậu bảnh gạo thừa treo
Xây duyên tươi đẹp chung tay níu
Dệt mộng thân thương vững mái chèo
Đám cưới linh đình vang khắp nẽo
Xóm làng già trẻ khoái nhìn theo

## Đời Teo

Trần gian đen trắng cảnh đời teo
Sướng ở lầu cao khổ xó nghèo
Ngồi thấp co ro thân ốm réo
Đứng cao khoác lác phận hên treo
Vàng đeo nặng cổ thời hên kéo
Nợ chất đầy vai sức khó chèo
Cuối phủi tay than mình số hẻo
Ai người chết của có mang theo

# Chiều Tà

Nắng đổ ngoài hiên nắng rủ tà
Hoàng hôn tím rịm nhuộm ngàn hoa
Ngư ông xuôi mái thuyền nan thả
Thiếu phụ hờn duyên mắt lệ nhoà
Đêm tối kéo về giăng xóm lá
Sương mờ hiện đến phủ hồn ta
Tha hương sống khổ lòng băng giá
Ôm mảnh tình đơn níu tuổi già

# Đông Tà Tây Độc

Một cõi trời đông chính hiệu tà
Lừng danh đảo chủ đảo đào hoa
Cửu âm bí kiếp thề chôn xóa
Mộ địa phu nhân lệ đổ nhoà
*(Diễm Mi)*
Đông thủy chung tình ghi khắc đá
Âu cuồng loạn trí lộn quên ta
Võ lâm ngũ bá oai hùng quá
Người đọc say mê trẻ đến già

# Lời Của Lá

Lá đổ mang theo giấc mộng nhàu
Kiếp sầu thầm lặng mãi về sau
Bay nghiêng trong gió vờn mây khói
Nằm ướt ngoài hiên chen lách lau
Đêm biệt bến bờ ôm số hẩm
Ngày xa gốc cội chịu đời đau
Mới xanh trên nhánh đà khô úa
Trời đất sinh chi kiếp đổi màu

# Đánh Cờ Tướng

Đánh cờ thắng được cậy nhờ xe
Tiến thối ung dung cặp ngựa kè
Chốt vượt sông tìm nơi huyệt ghé
Pháo kèm góc chiếu chỗ nguy che
Rối ren địch nản ban đầu né
Thao túng mình vui phút cuối đè
Cụ cựa hết đường thua phải lẽ
Ăn lòng tươi rói tướng còn le

# Ca Hát

Hình như ai "hát" lý mồ côi
Có tiếng "tờ i" vọng nhắc nhồi
"A" hả bà nầy tông lớn gọi
"Ô" kìa ông nọ giọng tràn bồi
"Anh em" say đắm nhìn không nói
"O ả" giận hờn trách chẳng thôi
"Phê" dạ đây cười vui quá đỗi
Đồng lòng đó rủ đứng "ca" đôi

# Tình "Chanh" Chua

"Cam" lòng sống lẻ cảnh đơn côi
Duyên phận dây "dưa"giữa sóng nhồi
"Nho" nhỏ thân gầy ôm phận rối
"Bơ" vơ đời thảm chịu mưa bồi
Nhìn đồi "sim" nở thương tình đợi
Ngó lá "bàng" bay tiếc mộng thôi
"Lê" gót phong trần đường nghẽn lối
Bao giờ gặp bạn kết "mơ" đôi

# Em Xinh

Nhanh nhẹn em nhìn mắt sáng tinh
Sướng thay quen được gái đa tình
Môi cười rạng tiếng nghiêng trời đất
Miệng nói đều câu động óc tim
Chuyện xã bàn lung lời dịu ngọt
Thư nhà viết đậm chữ tròn xinh
Lắm tài nhiều đức lòng chơn chất
Sống được nàng yêu số gặp linh

# Ông

Ông ở trong nhà tựa đấng vương
Ai nghe lệnh cũng kính cung tường
Vợ thưa mâm dọn đầy vui mắt
Con dạ thịt bày thơm ngát hương
Ống nhấm mồi nâng ly rượu ngọt
Bả rung đàn hát giọng ca thường
Xóm làng mời dự khen dồn dập
Tình sáng chan hòa tựa ánh dương

# Nường Ơi

Nường ơi khổ lắm sống xa quê
Biết có ai vui gặp lúc về
Hương toả bóng đưa tình lạ lẫm
Mối tan nhà biệt phận nhiêu khê
Giường đơn gối chiếc đêm nằm duỗi
Lối lạ đường trơn chân giẫm lê
Vương nặng nợ trần thân lạ xứ
Thương người vắng chịu số buồn ghê

Ghê buồn số chịu vắng người thương
Xứ lạ thân trần nợ nặng vương
Lê giẫm chân trơn đường lạ lối
Duỗi nằm đêm chiếc gối đơn giường
Khê nhiêu phận biệt nhà tan mối
Lẫm lạ tình đưa bóng toả hương
Về lúc gặp vui ai có biết
Quê xa sống lắm khổ ơi nàng

# Trở Lại Quê Nhà

Buồn đây gối chiếc đời dâu bể
Tuổi luống nhà không xót bộn bề
Thương lắm phận nhìn quanh thiếu bạn
Nhớ hoài đêm ngủ khó xa quê
Đường bay mãi đợi người quay lại
Ý nghĩ hoài mong chuyện đến về
Bừng dậy đắm say nhìn xứ Việt
Rưng rưng mắt ướt dạ mừng ghê

Ghê mừng dạ ướt mắt rưng rưng
Việt xứ nhìn say đắm dậy bừng
Về đến chuyện mong hoài nghĩ ý
Lại quay người đợi mãi bay đường
Quê xa khó ngủ đêm hoài nhớ
Bạn thiếu quanh nhìn phận lắm thương
Bề bộn xót không nhà luống tuổi
Bể dâu đời chiếc gối đây buồn

# Xa Em

Xa em ruột rối thấy buồn nhiều
Đâu nón nghiêng vành tiếng dạ kêu
Thương mái tóc huyền bay giữa gió
Nhớ bờ môi mọng tặng trong chiều
Ngâm câu thơ ngọt xây duyên thắm
Tặng tiếng hát nồng rót dạ xiêu
Qua lại ấm tình chờ với đợi
Khổ bao cũng giữ một lòng yêu

# Buồn Quá

Buồn quá quê ơi ở chốn nầy
Nhớ thời đi học mẹ cầm tay
Ấm chè hâm nóng ba đun lửa
Thúng lúa phơi khô chị giã chày
Lễ miếu trống chiêng vang tiếng dội
Tiệc làng trai gái thả diều bay
Thoáng đầu tóc bạc đời tăng tuổi
Gặp lại bà con biết có ngày

# Ngày Qua

Ngày qua lạ xứ sống qua ngày
Bảy nổi ba chìm cảnh đắng cay
Vay trả nợ đời trôi nổi gánh
Thở than thân phận trái ngang bày
Dày công đuổi bóng buồn riêng chịu
Nhọc sức tìm em khổ khéo gầy
Đây đó chẳng tròn duyên thệ ước
Bay tình lỡ hẹn cuộc tình say

Say tình cuộc hẹn lỡ tình bay
Thệ ước duyên tròn chẳng đó đây
Gầy khéo khổ em tìm sức nhọc
Chịu riêng buồn bóng đuổi công dày
Bày ngang trái phận thân than thở
Gánh nổi trôi đời nợ trả vay
Cay đắng cảnh chìm ba bảy nổi
Ngày qua sống xứ lạ qua ngày

# Tôi Em

Tôi em tội lỡ số tàn đôi
Dỗi trách gây chi tắt nụ cười
Thời đổi đó vui về bến mới
Mối hờn đây xót gánh tình côi
Phôi pha bóng khuất lòng rơi lệ
Rối rắm tình xây nợ vướng đời
Thôi vẫy tay chào thay tiếng chúc
Vơi đầy khổ chịu tháng ngày trôi

Trôi ngày tháng chịu khổ đầy vơi
Chúc tiếng thay chào tay vẫy thôi
Đời vướng nợ xây tình rắm rối
Lệ rơi lòng khuất bóng pha phôi
Côi tình gánh xót đây hờn mối
Mới bến về vui đó đổi thời
Cười nụ tắt chi gây trách dỗi
Đôi tàn số lỡ tội em tôi

# Sự Đời

Lòng người đen trắng đổi thay nhanh
Có kẻ hơn thua kẻ giựt giành
Thế sự thăng trầm mong nghĩa trọng
Dòng đời trong đục giữ lòng thanh
Thương em xa lánh tình đâu nỡ
Mến bạn làm ngơ dạ chẳng đành
Cái vụt trăm năm qua rất lẹ
Đừng làm chuyện xấu để hoen danh

# Nghèo

Bạn đến thăm chơi phải đón chào
Rượu trà chưa sắm cảnh lao đao
Nhà tranh mưa dột ngồi đâu đỡ
Thềm đất giường xiêu ngủ chỗ nào
Gạo chẳng dư ăn sao nấu đãi
Củi không đủ chụm có đâu rào
Nghèo tiền nghèo bạc tình không thiếu
Xin hiểu cho lòng khổ biết bao

## Tình Hai Ngã

Hai ngã hai người biết tính sao
Em ơi vĩnh biệt vẫy tay chào
Quên đi câu hứa đầy bay bướm
Xóa hết niềm thương lắm ngọt ngào
Chớ nghĩ suy tìm quà cáp gởi
Đừng lo lắng viết lá thư trao
Từ nay duyên kiếp không còn nữa
Đời mãi buồn ri có lẽ nào

## Đừng Buồn Thi Nhân

Đời buồn chi lắm hỡi thi nhân
Khi lá thu vàng nhuộm úa sân
Đờ đẫn bước dài in nắng rọi
Chứa chan giọt lệ thấm lời ngân
Đừng thương nhớ bóng sầu tim não
Chớ mộng mơ lòng khổ xác thân
Bình thản bên đời mưa gió bụi
Đường ngăn cách cũng chớ chồn chân

# Mái Nhà

Ước ở nơi xa có mái nhà
Bà con đông đúc sống vào ra
Biên câu quốc ngữ lời êm ả
Nói tiếng Tiên Rồng giọng thiết tha
Nhen bếp lửa hồng vui khói toả
Xây duyên tình thắm đẹp ngày qua
Nhắc ôn kỷ niệm lòng thương quá
Hình bóng quê hương chẳng xóa nhoà

# Hỏi Vầng Trăng

Đêm soi trời sáng có vầng trăng
Sao tối đời ri hỡi chị Hằng
Thân dạt bao phương đâu tấp đặng
Mưa bay tứ hướng tránh làm răng
Lời thương ai gởi mang thêm nặng
Thơ chúc người trao trả khó bằng
Thôi đợi gặp nhau mình nói thẳng
Cảm tình bày tỏ đỡ băn khoăn

# Em Ơi

Thôi ta xa rồi chào nhau nhé
Cười nở bao ngày tắt trên môi
Tình hết từ nay đời quạnh quẽ
Yêu em yêu bão rớt trong đời
Đường em đi đó có vui không
Có hên sung sướng mộng mơ lòng
Xót xa em cho ta đầy đặn
Một mối sầu sao quá mênh mông

Sương rớt đầy sân giọt sương mai
Lạnh lẽo héo lòng cơn nắng phai
Nắng ơi chớ phủ màu tan tóc
Lên ngõ ân tình thương nhớ ai
Tôi chẳng oán đời chẳng oán thân
Tình rơi giữa ảo tội bao lần
Bao lần em bước đi mắt ứa
Ứa thấm tim lòng lệ ái ân

Mai nhớ người em quay trở lại
Hỏi rằng tôi sống có yên không
Em ơi yên cõi lòng tê tái
Tình đổi thay đây khổ chất chồng

# Hạ Xa

Tôi thương Hạ lắm Hạ ơi
Cách chia Hạ bạt phương trời nhớ ai
Vui nào chào Hạ mốt mai
Có xe chỉ mới bỏ ai lấy chồng

Trời sinh hai số không đồng
Lầu son Hạ ở phòng không tôi chờ
Chiếu chăn lạnh thấm cung tơ
Đêm phai mộng thắm ngày trơ ước thầm

Người ta có bạn tri âm
Tôi vơ tình đoạn trăm năm nát nhàu
Người ta dìu bước qua cầu
Tôi quay mặt lánh ôm sầu thiên thu

Đi tìm chút nắng Hạ ru
À ơ áo trắng bay mù biệt tăm
Hương nồng dáng đổ xa xăm
Về theo gió thổi rét căm hồn nầy

U buồn biết tỏ ai đây
Bàn tay tìm kiếm bàn tay nghẹn ngào
Yêu ơi có tự khi nào
Thân thương hình bóng khắc vào tim đau

Hạ không riêng của ai đâu
Hạ trong tôi chẳng nhuốm màu ảo hư
Hạ vàng ép giữa trang thư
Lâu lâu nhìn ngắm tâm tư đỡ buồn

# Nếu Mai

Nếu mai em chịu lấy chồng
Đời anh có tiếc hay không cũng rồi
Chẳng tin mail gởi chào mời
Hết ngày lưu luyến hai nơi đợi chờ

Quẩn quanh còn chỉ tình thơ
Xa xôi nối lại mối hờ chữ câu
Câu thương câu nhớ gởi nhau
Tím từng trang giấy viết đau khổ bời

Cam đành yêu nhạt ước trôi
Còn ai để nhắc nói lời từ ly
Thì thôi nhớ tưởng làm chi
Ấm êm kỷ niệm khắc ghi xót lòng

Lạc loài duyên giữa bão dông
Em thành bóng lạ sao mong được gần
Tình cơn mưa dập sóng quần
Người ơi xin vẫy khổ lần nầy thôi

# Thôi

Thôi đành sống phận số chia hai
Gối lẻ buồn in tiếng thở dài
Lời nhủ vắng xa tình đợi mãi
Lối giăng mờ khuất bóng đeo hoài
Thời xui nợ gánh gầy thân oải
Gối lẻ duyên lìa sinh mộng phai
Trôi nổi kiếp người chi để ngại
Vơi đầy lệ đổ khóc thương ai

Ai thương khóc đổ lệ đầy vơi
Ngại để chi người kiếp nổi trôi
Phai mộng sinh lìa duyên lẻ gối
Oải thân gầy gánh nợ xui thời
Hoài đeo bóng khuất mờ giăng lối
Mãi đợi tình xa vắng nhủ lời
Dài thở tiếng in buồn lẻ gối
Hai chia phận số sống đành thôi

## TIẾNG THỞ DÀI

Ta mãi còn đây tiếng thở dài
Vết hằn trên trán nợ oằn vai
Nhìn quê quê khuất đời nghe oải
Đợi bóng bóng chìm mộng thấy phai
Một thuở huy hoàng tìm bải hoải
Trăm năm hạnh phúc đọng u hoài
Ngồi nghe chuông đổ lòng tê tái
Gió sớm mưa chiều khổ tỏ ai

## MỘT MÌNH MỘT BÓNG

Vọng giữa làng thôn giọng tục gà
Sương mai óng ánh đọng cành hoa
Nàng về đất bắc xây tình mới
Ta đến trời nam biệt bóng xa
Đã hết mộng mơ ngày cách vội
Còn đâu thề hẹn buổi yêu nhoà
Thời gian trôi thoáng phai màu tóc
Dở khóc dở cười năm tháng qua

# Anh Hãy Về Đi

Anh hãy về đi với mọi người
Bên làng quen thuộc sống ngày vui
Bà con gặp gởi mừng câu nói
Con cháu chào thưa nở nụ cười
Quê chẳng sống kề ươm mộng gối
Tình không sớt xẻ tiễn ngày trôi
Từ lâu cách biệt chia hai lối
Muốn gặp nhìn nhau cũng khó rồi

Muốn gặp nhìn nhau cũng khó rồi
Thiếu anh ngày tháng cứ mờ trôi
Chân đi nhỏ nhẹ tìm ai tới
Lời ngỏ thân thương nở nụ cười
Lạnh nhạt bữa ăn nhai thấy mỏi
Bơ vơ chốn trọ ở nào vui
Xa quê lạ thiếu người han hỏi
Anh hãy về đi với mọi người

# Tình Tôi

Cái đời ấm áp ở mô
Sao nghe xáo ruột biển xô sóng trào
Thinh không mà dậy ba đào
Để Xuân vắng nắng hoa gào nát hương

Nợ trần sánh bước chung đường
Tình cho rời rã đọng hương phấn thừa
Trăm năm đợi chuyến đào đưa
Bạc trào sông rạch gió mưa một mình

Xuân qua thiếu bóng thiếu hình
Lời ngoa lối bước gập ghình bởi đâu
Dã tràng xe cát có nhau
Mà nghe buốt lạnh như vào tiết đông

Nhủ mình trách chẳng buồn không
Bao lâu kiếp hết long đong thế nầy
Tình mình nghĩ cũng hay hay
Không duyên thiếu hẹn hao gầy ước mơ

Buồn đong vui vắng tin chờ
Nợ dây buộc chặt ý thơ rối bời
Có ai mà nói nghẹn lời
Dây tơ khó nối tình tôi khóc thầm

Đợi nàng Xuân đến hỏi thăm
Xóa tan cô quạnh buồn tăm chất đầy
Cũng người quen cũng bàn tay
Chẳng xoa ấm cúng chẳng bày vấn vương

Tình tôi đôi đã cuối đường
Ngồi nghe giọt đắng giọt thương kéo về

# Đời Đáng Quý

Còn chút tàn hơi cứ lếch bò
Quý thời gian sống dẫu nhiều lo
Giữ thương bạn cũ buồn thân có
Hỏi đón người dưng khổ kiếp vò
Đêm thức làm thơ trao ý ngỏ
Ngày năng đọc sách hiểu trời cho
Việt Nam chữ mẹ in tim rõ
Thèm được nghe ai cất giọng hò

Đêm sáng trăng lên vọng tiếng hò
Vần thơ nối chữ dệt tình cho
Em yêu câu nói trung thành tỏ
Anh thích bài ca hạnh phúc vò
Lời hứa gởi vui không phải sợ
Niềm tin có sẵn chẳng cần lo
Bên nhau sướng khổ đâu rời bỏ
Kết một dầu ai biểu tách bò

# Ừ Thôi

Ừ thôi vẫy thuở tình son
Răng long tóc bạc có còn gì nhau
Cùng quê cùng lứa mà đau
Thế thời thay đổi ngày sau rối bời

Vẫy tay thư viết bao lời
Em về bến mới lòng tôi nát nhàu
Lời chàng ý thiếp giờ đâu
Thề non hẹn biển bóng câu qua thềm

Núi rừng gió lạnh từng đêm
Thức nằm trằn trọc nhớ em nhìn hình
Ừ thôi ngắn ngủi đôi mình
Nghĩ ra chua xót phận tình lá lay

Tơ vàng nhuộm lắm đắng cay
Người xây gác tía người đày nổi trôi
Ngày xưa gặp tỏ yêu lời
Còn chăng xa lạ nụ cười tái tê

Tình nuôi tình rã đam mê
Bước chân xiêu lạc đi về quạnh hiu
Giờ yêu em chỉ một chiều
Vấn vương lòng nói bao nhiêu cho vừa

Nẽo đời đi sớm về trưa
Tình con nước cuốn phủ mưa gió buồn
Bao lần nắng tắt hoàng hôn
Bao yêu gậm nhấm ngõ hồn thương đau

Em đem mơ mộng xây lầu
Để tôi trơ trọi tình sầu bến nơi
Nằm căn gác vắng mồ côi
Buồn giăng kỷ niệm nổi trôi phố hoài

Ừ thôi lược chải trâm cài
Cứ vui lên nhé mặc ai lạnh lùng

# Tâm Tư

Tâm tư xin gởi cho người
Nỗi lòng chờ đợi tình rơi não nề
Tình là bể khổ đam mê
Ba chìm bảy nổi tái tê ngỡ đời

Một yêu cho chẳng hai người
Ba vương nỗi nhớ khóc cười mốt mai
Tình là tiếng sét bên tai
Sống thân quạnh quẽ có ai đoái màng

Nụ hôn tặng gởi nồng nàn
Hai cười chan chứa bàng hoàng một nơi
Mất tình đau lắm ai ơi
Bao giờ gặp thoả đón vui xẻ buồn

Chia hoang vắng nỗi sầu thương
Xua đi băng giá đoạn trường đời ta
Giữa trời nắng hiện mưa sa
Giọt vàng sáng phố giọt sa lạnh thềm

Nằm mình gác trọ buồn tênh
Vọng câu hát hội tiếng em tặng người
Lệ dâng theo tiếng chào cười
Kẻ vui có bạn kẻ Bùi ngùi đau

Biệt ly như một chuyến tàu
Đi không về lại tình sâu rối bời
Mủi lòng đêm gọi em ơi
Mà nghe gió hú mưa rơi lạnh hồn

## TÌNH CÔ LẺ

Hoang vắng chiều nay hoang vắng quá
Nắng vàng trốn lặng ở trời xa
Lắm người oán trách đời thay đổi
Nhiều kẻ yêu thương bóng quyện hoà
Bầm giập mình mang đau số phận
Vui vầy ai hưởng ấm người ta
Duyên thề oan nghiệt đây lìa mộng
TÌnh mến gần nhau đã xóa nhoà

## XA CÁCH

"Ngày" ấy quen nhau lúa trỗ đồng
"Mai" tình mỗi ngã chắn dòng sông
"Xa" thời mơ bóng mong sum họp
"Cách" thuở thương ai muốn bế bồng
"Hai" đã chia đường đành ngóng đợi
"Đứa" thì biệt xứ hết chờ mong
"Hai" đời kết nối mờ trong ảo
"Nơi" đó vắng người xưa có trông

# ĐỜI TÔI

Đời tôi không biết về đâu
Lắm thương lắm nhớ để sầu đợi mong
Đời tôi lòng chẳng yên lòng
Thiếu thương đổ lỗi người không đoái tình

Đời tôi chỉ biết làm thinh
Yêu em lắm chịu riêng mình buồn thiu
Đời em sung sướng bọc điều
Lắm người yêu chỉ thương yêu một người

Tò mò muốn hỏi lại thôi
Sợ tôi không phải sợ đời khổ đau
Thì thôi níu ảo hư màu
Màu yêu người tím in sâu trong hồn

Giữ chút hy vọng còn hơn
Chìm trong vực thẳm cô đơn tội tình

# Thương Nhớ Quê Nhà

Qua đông đến Tết rộn ràng
Mai vàng pháo đỏ họ hàng reo vui
Nơi đây tưởng nhớ bùi ngùi
Vẫn tình hai ngã xa xôi ngày về

Mãi lòng thương nước thương quê
Con tim canh cánh bên tê chẳng rời
Xanh xanh ruộng lúa biển trời
Nón nghiêng mắt liếc em cười làm duyên

Tình yêu chơn chất dịu hiền
Tiếng ca mộc mạc cất lên tứ bề
Hội làng thôn xóm đông ghê
Đàn ngân sáo thổi vọng về chốn xa

Êm đềm như bản dân ca
Như lời ru mẹ thiết tha bồi hồi
Đi đâu cũng nhớ quê ơi
Bao giờ về lại thắp đời lên hương

Nối tình vui vẻ bốn phương
Người người sum họp yêu thương tràn trề

# Người Ta Ơi

Người ta ơi tôi nhớ người ta lắm
Nhớ tóc huyền áo trắng mắt môi tươi
Nón bài thơ giọng hát tiếng vui cười
Hồn trong trắng mến người thương bè bạn

Nhiều chia xẻ đau buồn trong hoạn nạn
Xót thương ngày sóng gió bước nhiêu khê
Vòng tay dang niềm nở đón ai về
Vầng trăng sáng ước thề soi mộng mị

Ta hiểu nhau thời ve sầu phượng vĩ
Lại qua thơ lời hẹn gặp thương trông
Để đây mến bóng hình tim giấu kỷ
Rồi xa nhau phải nghiệp dĩ đau lòng

Giữa đất mẹ tình em là biển rộng
Biết quen không mặc cả khen chê
Cảm ơn người cho hiểu thú đam mê
Đời hy vọng tràn trề đầy sức sống

# Bao Giờ

Bao giờ về lại quê tôi
Nghe gà gáy sáng nghe đồi thông reo
Ê a trẻ học sớm chiều
Đất trời mát dịu hiu hiu gió nồm

Quằn vai mẹ gánh cá cơm
Bán buôn tần tảo quảy đơm lo tròn
Áo bà ba đậm sắc son
Tình quê mộc mạc ủ dồn đầy tim

Dáng em áo trắng đâu tìm
Lấy chồng xứ lạ đời chìm bể dâu
Bạn bè mỗi đứa rừng sâu
Qua thời loạn lạc gánh sầu cô đơn

Quê người quen lạ đông hơn
Cây đa chợ chặt ruộng nương hạn đùa
Con sông bồi lỡ mấy mùa
Đò qua lại rộn sớm trưa chở người

Núi xanh Hòn Chỗ xa khơi
Ghe vô nồm thổi đâu rồi cảnh xưa
Tháng ba cá đánh được mùa
Lễ Lăng chiêng trống sớm trưa dội hồi

Kẻ đi người cuối chân trời
Gió xao dòng đục nổi trôi hững hờ
Từng cơn sóng vỗ xao bờ
Bãi đào bến đổi câu thơ nghẹn ngào

# Mẹ Thăm Con

Con đi ngày ấy không về
Mẹ ra ngõ thấy sương che núi rừng
Gió mưa rơi đã vô chừng
Nhớ con mẹ khổ khốn cùng vì thương

Thân gầy tay gậy quà lưng
Núi cao vực thẳm chia cùng đắng cay
Thăm con mẹ lội hôm nay
Chết mai con có kịp ngày về chôn

Nặng trên vai áo cũ mòn
Chắt chiu ngày tháng hư bởi con quà tù
Mẹ già như lá mùa thu
Lá rơi giăng lối mịt mù con đi

Bóng đêm đèn rọi chia ly
Lẩn trong gió hú thầm thì tiếng con
Bao năm núi lở đá mòn
Mẹ như còn đó héo hon tháng ngày

Bão đời xa lạc vòng tay
Lâu bao thêm khổ đọa đày quê hương
Nắng xin đổ ấm muôn phương
Chốn xưa mẹ sống nơi thương con về

Nơi đau tình lạ ê chề
Tấm lòng yêu trải bốn bề nước non
Ai đi ai ở sống còn
Có nghe tiếng gọi xa con mẹ buồn

# VỀ ĐÂU

Về đâu thuyền dạt về đâu
Lênh đênh sóng nước bạc đầu nổi trôi
Khổ em với lạc loài tôi
Bơ vơ thân cát bụi rơi tháng ngày

Một thời yên chợt đắng cay
Quê buồn người xót cỏ cây vướng sầu
Cõi về chốn đến nối đau
Đường xưa phố cũ nhạt màu sắc yêu

Đời như khúc hát mơ chiều
Dập vùi trong bão tan theo nắng tàn
Về đâu em thuở huy hoàng
Yêu thương đọng giữa hai hàng lệ rơi

# TÌNH XÓT XA

Tuổi đời còn mấy em ơi
Sao lòng hờ hững nói lời đắng cay
Tình về chua chát hôm nay
Mai em xa hút mộng gầy nổi trôi

Người đi người tắt tiếng cười
Lạnh lùng mưa đổ đầy vơi giọt buồn
Tơ vò ước vọng nhớ thương
Nhạt màu kỷ niệm vấn vương một thì

Ừ thôi lạc bước em đi
Xua tan buồn hắt hiu gì đọng trong
Dòng trôi ai nỡ theo dòng
Sầu lên phiếm nhạc não lòng tiếng thơ

Lẻ loi thân xác đợi chờ
Ru cơn gió lộng bên bờ cuồng si
Đôi tay hụt hẫng còn gì
Trải buồn lên mắt bờ mi ngọc ngà

Em đi trời nổi phong ba
Mịt mùng phương hướng tình xa ngút ngàn

# Khúc Buồn Thơ

Đêm dài gió rít miên man
Tình yêu thầm lặng chia đàng nhỏ châu
Tưởng hình gọi bóng người đâu
Có chăng ảo vọng lâu lâu tìm về

Vì ai mắt ướt chân lê
Đường qua phố vắng sơn khê nhuộm sầu
Ngày xưa áo trắng dạt đâu
Còn chăng bụi lấm đục màu bến giang

Trong tim sóng vỗ ngút ngàn
Vắng mùa phượng vĩ xa nàng ước mơ
Lớp trường lưu bút vần thơ
Chữ tròn mực tím khắc bờ ái sâu

Tình trong trắng chẳng cho nhau
Lầu hồng gác tía ngàn sau nhuốm buồn
Lối tìm kỷ niệm mưa tuôn
Thương chi để cảm ai cuồng nhớ ai

# Nhớ Người

Lâu rồi ghé lại chốn quen xưa
Phố lạnh xe người qua lại thưa
Nhà ngõ đìu hiu cơn nắng hạ
Vườn cây inh ỏi tiếng gà trưa
Ai đã ra đi thẳng một đàng
Bỏ ai cô lẻ mấy mùa sang
Tương lai đen tối đời trôi nổi
Hình bóng in tim mắt lệ tràn

Nhớ thời sum họp lại buồn đây
Khúc hát ân tình trỗi đắng cay
Vắng bạn đôi lìa trăng khuyết bóng
Xa quê ruột thắt cuốc kêu bầy

# Chiếc Bóng

Dáng ngả bên người lúc thấp cao
Trung thành nằm đất chẳng xôn xao
Ngày theo lẽo đẽo lòng không ngại
Đêm nghỉ yên vui ruột khó cào
Sáng nắng hiện thân dù gió lộng
Đen trời lẩn xác mặc ai gào
Có tôi có bạn đời tươi rói
Xuống hố lên đèo dạ sướng nao

# Bóng Chiếc

Trơ trọi ngồi mình giữa núi cao
Lạnh lùng gió thổi lá lao xao
Nhìn về quê cũ lòng thương cảm
Nghĩ đến người xưa ruột thắt cào
Quen biết rồi xa tình đứt đoạn
Mến yêu lại biệt mộng kêu gào
Người ơi nhớ đó buồn ray rứt
Biết bóng em giờ ở chốn nao

# TÌNH EM

Tôi em gặp gỡ rồi quen
Thương thầm cảm tính nói năng ngại ngùng
Cậy mai dâng lễ hỏi mừng
Có đông bè bạn dự cùng vui ghê

Nhà xa hai tiếng đi về
Đó đây chung quận cùng quê tiếng lời
Tưởng yên vui sống bên đời
Ai ngờ cách biệt tình tôi khóc thầm

Vào ra bóng chiếc bâng khuâng
Chiếu chăn còn đó người thân đâu rồi
Tôi về xứ lạ mồ côi
Tiền lưng xe thiếu ngõ đời xót xa

Buồn ơi cái số không nhà
Lạ quê vắng bạn lời ra tiếng vào
Tôi rời em thuở hư hao
Ngày xưa Hoàng Thị sóng trào biển xô

Tìm em em ở nơi mô
Có còn nhớ bạn ra vô ngóng chờ
Chờ người viết đậm trang thơ
Lỡ đò quạnh bến rối tơ lỗi nghì

Ôi tình là cái chi chi
Khi xa lại tiếc nhắc thì quặn đau
Theo ai ai đón chuyến tàu
Vẫy tay biệt chẳng thấy nhau bao giờ

Em về xứ lạ tìm mơ
Tôi ôm trái đắng ngẫn ngơ dỗi hờn
Còn đâu câu hát tiếng đờn
Lượn xe qua phố gió vờn áo bay

Hoa vân áo cưới mới may
Cất trong tủ kín chờ ngày mặc mai
Đêm mình ngồi đợi dáng ai
Ngó quanh rừng núi buồn dài mấy thâu

Chuông chùa ngân vọng hồi mau
Ỉ ôi ếch nhái gọi nhau thầm thì
Bây giờ tuổi lớn còn chi
Vui vầy một thuở có đi không về

Tình cờ gặp lại mừng ghê
Bữa cơm thân mật ngồi kề nhìn nhau
Nhìn nhau thấy lại mà đau
Mỗi người mỗi cảnh đó sầu khổ tui

Đổi thời kẻ ngược người xuôi
Cầu xưa đứng ngó nước trôi hữu tình
Ấm căn nhà nhỏ hai mình
Chứa bao kỷ niệm đẹp xinh đầu đời

Bốn năm chạm mặt quen hơi
Gừng cay muối mặn sống thời chói chan
Gắn keo mà lại sang ngang
Kể nghe đắng ruột hai đàng tuổi cao

Nhìn nhau kỷ niệm tuôn trào
Buồn thương khó tỏ nói trao nghẹn lời
Thôi đời đã vậy em ơi
Cuối dầu gặp ngắn cũng vui với lòng

# Nhớ Người Yêu

Lâu xa cách chẳng thấy người yêu
Tuổi lớn thân gầy khổ bám đeo
Dầu dãi nắng mưa chân nặng bước
Đợi chờ năm tháng số buồn theo
Câu thơ viết tỏ tình tha thiết
Tiếng nhạc ngân vang ý mĩ miều
Dâu bể nợ đời mang mải miết
Màu thương sắc nhớ đậm ai gieo

Gieo ai đậm nhớ sắc thương màu
Miết mải mang đời nợ bể dâu
Mì miễu ý vang ngân nhạc tiếng
Thiết tha tình tỏ viết thơ câu
Theo buồn số tháng năm chờ đợi
Bước nặng chân mưa nắng dãi dầu
Đeo bám khổ gầy thân lớn tuổi
Yêu người thấy chẳng cách xa lâu

# TÌNH YÊU

Tình yêu không dễ quên đâu
Quen nhau xa cách sẽ sầu thiên thu
Tình em như quả sa mù
Vây anh sóng gió ngục tù trăm năm

Nếu mà tình có hai căn
Một căn ấm cúng một căn lạnh lùng
Làm răng để sướng vui chung
Cười tươi quấn quýt tơ cùng nhã tơ

Bao giờ cho đến bao giờ
Tình chân chính vẫn đợi chờ vì nhau
Lau chia nước mắt khi đau
Vuốt làn tóc rối cho sầu dịu vơi

Mai hai lạc giữa cuộc đời
Đường trần gió cuốn mưa rơi vô thường
Còn đâu kỷ niệm vấn vương
Bóng đi tìm bóng cho thương vẫn đầy

# Bến Sầu

Có đâu rượu uống mà say
Kẻ theo duyên mới người lay lắt sầu
Thương đời hiểu phận làm dâu
Bỏ tình trơ trọi tím màu thời gian

Còn đâu thề hẹn đá vàng
Tiếng cười tuổi ngọc reo vang bến bờ
Còn đâu dáng hạ rèm mơ
Xót xa phận bạc tiếng thơ nghẹn lời

Nằm nghe lá đổ mưa rơi
Tình đau quằn quại bên đời tiếc thương
Ai đi đầu ngõ cuối đường
Nhặt dùm kỷ niệm vấn vương trăm chiều

## Không Em

Không em nhà vắng tối nằm queo
Bạn với cô đơn lạnh chán phèo
Tuổi lớn thân còm đi té ngã
Núi cao dốc thẳm sợ trèo leo
Kiếm bạn tâm đồng lâu rước khổ
Tìm người ý hợp khó ôm eo
Thôi thôi mặc kệ đời trôi nổi
Cứ hoạ thơ vui lánh hiểm nghèo

## Mộng Tàn Phai

"Tình" đẹp thơm như lúa chín đồng
"Đã" từng hò hẹn đứng bờ sông
"Khơi" tâm sự ngỏ chào ai đến
"Rồi" bóng người đi hết kẻ bồng
"Mộng" chẳng tròn đôi nên lắm nhớ
"Có" đời chung hướng để hoài mong
"Nhạt" câu ân ái thời hoa bướm
"Phai" giấc mơ vàng thôi hết trông

# Buồn Thân

Tôi thân lạ xứ sống buồn ri
Thuở gặp yêu đầu hái được chi
Đời trải gió sương ôm số đọa
Nợ mang năm tháng ngóng người đi
Trôi tình lạc chợ đường lê bước
Nhớ nước thương nhà lệ thấm mi
Vời vợi khổ đêm nằm thiếu ngủ
Đôi lìa mối đoạn kiếp phân ly

Ly phân kiếp đoạn mối lìa đôi
Ngủ thiếu nằm đêm khổ vợi vời
My thấm lệ nhà thương nước nhớ
Bước lê đường chợ lạc tình trôi
Đi người ngóng tháng năm mang nợ
Đoạ số ôm sương gió trải đời
Chi được hái đầu yêu gặp thuở
Ri buồn sống xứ lạ thân tôi

# Tình Buồn Thiu

Lặng lẽ thương em chẳng tỏ bày
Trái tim rạn nứt kể từ đây
Bóng đi quạnh quẽ ai nào vẫy
Tình luống u sầu dạ chẳng hay
Âm ỉ đốt lòng cơn nắng cháy
Lạnh lùng thấm mắt giọt mưa bay
Ngày xưa đẹp đẽ tìm đâu thấy
Thấy nổi chìm đời giữa đắng cay

# Than

Nghèo ở phương xa sống vướng buồn
Không xe chở đón ghệ xù luôn
Chia ra hai lối thêm hờn số
Xáp lại một đôi ngại diễn tuồng
Túi nhỏ tiền vơi tình đứt đoạn
Nhà xiêu cổng rệu gió lồng tuôn
Khó kêu trời đất đành than phận
Khổ cực như ri thánh cũng chuồn

# Ru Em Ngủ

Thôi em yên ngủ để anh ru
Tiếng hát chia lòng khổ vọng phu
Tình gọi tình về trong giá lạnh
Người đi người đắm giữa sa mù
Nồng say mộng đẹp chờ bao lúc
Yên ấm đời vui ngóng mấy thu
Hai ngõ xa xôi buồn thắm thiết
Nhớ ai tâm sự viết dòng thư

Thôi ngủ đi em giấc ngủ ngoan
Hãy vui mai dẫu cách đôi đàng
Thương yêu tìm đến dù cay đắng
Kỷ niệm mang theo dẫu xốn xang
Lối cũ giấu sâu vào trí não
Bóng xưa giữ đậm giữa trần gian
Sắc son tim khắc tình tri kỷ
Mặc bể dâu đời cảnh trái ngang

# PHỤ LỤC

# Đi Tìm Chút Nắng Hạ Ru

# ANH ĐI RỒI

Nhạc : Nguyễn Hồng
Lời thơ : Trần Thanh Hựu

# Biển Và Mây

Trần Thanh Hựu - Vinh Huy

# Hội An Buồn

Thơ : Trần Thanh Hựu
Nhạc : Lê Mạnh Trùy

# MẸ THĂM CON

Trần Thanh Hựu - Vinh Huy

# Tình Buồn

Thơ: Trần Thanh Hựu - Nhạc: Vinh Huy

# TÌNH CÔ SƠN NỮ

Nhạc : Nguyễn Hồng
Thơ: Trần Thanh Hựu

Slow pop

# Tình Đã Xa Rồi

# TÌNH MƠ

Trần Thanh Hựu - Vinh Huy

# Tôi Giết Tình Tôi

# MỤC LỤC

# PHỤ BẢN

**Nhân Ảnh**
**2023**

Liên lạc tác giả:
Email: huuthanhtran45@yahoo.com

Liên lạc Nhà xuất bản
Nhân Ảnh
E.mail: han.le3359@gmail.com
(408) 722-5626

www.ingramcontent.com/pod-product-compliance
Lightning Source LLC
LaVergne TN
LVHW040054051026
849525LV00002B/693
* 9 7 8 1 0 8 8 2 2 9 1 5 6 *